மு.வ.
(மு. வரதராசன்)

உள் அட்டையில் காணும் சிற்பக் காட்சியில், பகவான் புத்தரின் அன்னை மாயாதேவி கண்ட கனவின் பலனை மன்னர் சுத்தோதனருக்கு நிமித்திகர் மூவர் விளக்குகின்றனர். அவர்களுக்குக் கீழே அமர்ந்து அந்த விளக்கத்தை எழுதுகிறார் ஓர் எழுத்தர். எழுதும் கலையைச் சித்திரிக்கும் முதல் இந்தியச் சிற்பம் இதுவாகவே இருக்கலாம்.

நாகார்ஜுன மலைச் சிற்பம் கி.பி. இரண்டாம் நூற்றாண்டு. (படஉதவி: நேஷனல் மியூசியம், புது தில்லி)

மு.வ.
(மு. வரதராசன்)

பொன். சௌரிராஜன்

சாகித்திய அகாதெமி

Mu.Va.: Monograph in Tamil by Pon Sourirajan, Sahithya Akademi, New Delhi (2001, 2011, 2013, Reprint 2018), Price Rs. 50/-

© சாகித்திய அகாதெமி

முதல் பதிப்பு : 2001
இரண்டாம் பதிப்பு : 2011
மூன்றாம் பதிப்பு : 2013
நான்காம் பதிப்பு : 2018

தலைமை அலுவலகம்

சாகித்திய அகாதெமி, 'இரவீந்திர பவன்',
35, பெரோஸ்ஷா சாலை, புது தில்லி 110 001.

விற்பனை அலுவலகம்

'ஸ்வாதி', மந்திர் சாலை, புது தில்லி 110 001.

மண்டல அலுவலகங்கள்

மத்தியக் கல்லூரி வளாகம், பல்கலைக்கழக நூலகக் கட்டிடம், டாக்டர் அம்பேத்கர் வீதி, பெங்களூரு 560 001.

4, டி.எல். கான் சாலை, கொல்கத்தா 700 025.

72, மும்பை மராத்தி கிரந்த சங்கிரகாலய சாலை, தாதர், மும்பை 400 014.

சென்னை அலுவலகம்

குணா பில்டிங்ஸ், 443, அண்ணா சாலை, தேனாம்பேட்டை, சென்னை 600 018.

ISBN: 978-81-260-1126-1

Rs. 50.00

Visit our website at http://www.sahitya-akademi.gov.in

ஒளி அச்சு : Chengamalam Enterprises, Chennai 600 004

முன்னுரை

தமிழின் மறுமலர்ச்சி வளர்ச்சிக் காலம் கி.பி. 1947இல் தொடங்குவதாகக் கருதலாம். அரசியல், விடுதலை, சமுதாயச் சீர்திருத்தம், பண்டைய இலக்கிய, பண்பாட்டு உணர்வு, மொழிப் பற்று, நாட்டுப் பற்று முதலானவை இலக்கியத்தில் இடம்பெற்ற காலம் இந்தக் காலம். இந்தப் பொற்காலத்தில் தம் எழுத்தால் கால் நூற்றாண்டுக் காலம் தமிழகத்து மக்கள் நெஞ்சில் ஆட்சி செலுத்தியவர் மு. வரதராசன் ஆவர். அமரர் மு.வ. அவர்களின் வாழ்வையும் எழுத்துக்களையும் இந்திய இலக்கியச் சிற்பிகள் வரிசையில் அறிமுகம் செய்கிறது இந்த நூல்.

சென்னைப் பச்சையப்பன் கல்லூரியில் முதுகலை தமிழ் பயின்றோருள் - கடைசிக் குழுவினருள் ஒருவன் யான். அதாவது கடைக்குட்டிப் பிள்ளை. மு.வ.வின் 'அல்லி' என்னும் புதினத்தில் இடம்பெற்ற நாட்குறிப்பு என்னைக் கூர்ந்து அவர்பால் தமிழ் பயிலத் தூண்டியது. 1955 தொட்டு அவர் மறைந்த 1974 வரை, அவரோடு உடனிருந்து, உளமறிந்து பழகி வாழும் வாய்ப்புத் தமிழால் நான் பெற்ற பேறு. அவர் சொல்லச் சொல்லக் கட்டுரை சிலவும், புதினம் ஒன்றும் எழுதும் அரிய வாய்ப்பும் எனக்கு வாய்த்தது. சமய வாழ்வில் இடம்பெறும் ஆண்டான்-அடியான், அன்பன்-நண்பன், காதலன்-காதலி, தந்தை-மகன் என்னும் நான்கு பக்திப் பாங்குகளில் மு.வ.வும் நானும் பழகினோம்; மேலும் தந்தை-மகன் உறவில் பெரிதும் பழகினோம். அது என் வாழ்வின் கலங்கரை விளக்கமாக அமைந்தது. நான் நன்கு வளர - வாழ வழிகாட்டியவர் அவர். அவர் வாழ்வை - அவர் காட்டிய வாழ்க்கை நெறியை இதற்கு முன்பே சில நூல்களில் எழுதியிருக்கிறேன். எனினும், சாகித்திய அகாதெமியின் மூலம் வெளியாகும், இந்த நூல் பெரிதும் எனக்கு மன நிறைவை அளிக்கிறது. இந்த நல்லதொரு வாய்ப்பை நல்கிய புதுதில்லி, சாகித்திய அகாதெமி நிறுவனத்தார்க்கும், இதில் இடம்பெற்றிருக்கும் தமிழ் இலக்கிய ஆலோசனைக் குழுவினர்க்கும் என் நெஞ்சு நிறைந்த நன்றி.

திருப்பதி   **பொன். சௌரிராசன்**
31.05.2001

பொருளடக்கம்

1. மு.வ.வின் வாழ்க்கை — 7
2. பேராசிரியப் பெருந்தகை மு.வ. — 30
3. படைப்பிலக்கியவாதி மு.வ. — 35
4. மு.வ. புதினங்களில் தமிழ் இலக்கியச் செல்வாக்கு — 68
5. இலக்கியத் திறனாய்வாளர் மு.வ. — 92

பின்னிணைப்பு

அ. மு.வ.வின் வாழ்க்கைக் குறிப்பு — 104
ஆ. மு.வ.வின் படைப்புக்கள் — 105
இ. துணைநூற் பட்டியல் — 108
ஈ. மு.வ.வின் நூல்கள் - கால நிரல் — 110

1. மு.வ.வின் வாழ்க்கை

"**ப**றந்து போய் மலையுச்சியை அடைவோம் என்று சொல்கின்றவர்களைப் பார்த்து ஏங்கி நிற்பது வீண். படிப் படியாக நடந்து ஏறி மலை உச்சியை அடைகின்றவர்களைப் பின்பற்றுவதே கடமை'' (*காந்தி அண்ணல், ப. 8*) என்று மு. வரதராசன் (*மு.வ.*) காந்தி அண்ணல் பற்றி எழுதிய அதே கருத்து அவருக்கும் பொருந்தும். மணிமணியாக, நாள் நாளாக, ஆண்டு ஆண்டாகத் திட்டமிட்டுக் கல்மேல் கல் வைத்து வீடு கட்டுவது போல் இடையறாது உழைத்து, படிப்படியாக முன் னேறியவர் மு.வ. 'வாழ வேண்டும்', 'தான் வாழ வேண்டும்', 'நல்லவனாக, வல்லவனாக வாழ வேண்டும்', 'அப்படியே தமிழர் எல்லோரும் வாழ வேண்டும்', 'வையம் எல்லாம் வாழ வேண்டும்' என்னும் 'வாழ்க்கை வாழ்வதற்கே' என்ற குறிக் கோளை முன்வைத்து வாழ்ந்தவர் அவர்; வாழ்ந்து காட்டியவர் அவர்; பலரை வாழ்வித்தவர் அவர். குடும்ப, சமுதாய, அரசி யல் சூழலில் அகப்பட்டு அழிந்தொழியாமல் பலரைத் தம் கடிதங்களால், கலந்துரையாடலால், எழுத்தால் காத்து வாழக் கற்றுத் தந்தவர் அவர்.

தமிழகத்தின் வடபகுதியில் வட ஆர்க்காடு மாவட்டம் உள்ளது. இம்மாவட்டத்தில் வாலாஜா பேட்டை என்ற நகரம் இடம்பெற்றிருக்கிறது. இந்நகரத்தின் இரயில் நிலையத்திற்கு அருகில், 'வேலம்' என்னும் ஒரு சிற்றூர் உள்ளது. அந்த ஊரின் விவசாயக் குடும்பச் செல்வந்தர்களுள் ஒருவர் முனுசாமி முதலி யார். அவருக்கு வாய்த்த இல்லறத் துணைவியார் அம்மாக் கண்ணு அம்மாள். வாணிகத்தின் பொருட்டு அந்தச் சிற்றூர்க்குச் சற்றுத் தொலைவில் அமைந்துள்ள திருப்பத்தூர் என்னும் பெரு நகரத்தில் அந்தக் குடும்பம் இருந்த போது பிறந்தவர் மு. வரத ராசன் ஆவர். ஆயிரத்துத் தொள்ளாயிரத்து பனிரெண்டாம் ஆண்டு ஏப்ரல் திங்கள் இருபத்தைந்தாம் நாள் (25.04.1912) அவர் பிறந்த நாள் ஆகும்.

தந்தையார் ஊர் மணியக்காரர். தாயார் கணக்கில் புலி, தாத்தா நாடகத்தில் ஈடுபாடுடையவர். எனவே நுண்மான் நுழை

புலமும் செயல்திறமும் இவர் பெற்றோர் தந்த செல்வமாகக் கொள்ளலாம். அப்படியே மெலிந்த உடலும் அவர்கள் அளித்த செல்வமாகும். அந்த மெலிந்த உடலையும் நுண்மான் மூளையை யும், தாத்தாவின் கலை நெஞ்சையும் கொண்ட மு.வ. தன் மெலிந்த உடலைச் சீராக்கிக் கொண்டு நேரிய ஒழுக்க நெறியில் வாழ்ந்து செயற்கரும் செயல் பல தம் 62ஆம் ஆண்டு அகவைக் குள் நிகழ்த்தியமையே அவரது வாழ்வாங்கு வாழ்ந்த நிறை வாழ்வாகும்.

மு.வ. பெற்றோருக்கு அமைந்த பிற பிள்ளைகளுள் மூன்றாமவர். மூவர் இறந்தனர். மிஞ்சிய இருவரும் பெண்கள். ஒருவர் தமக்கையார். இன்னொருவர் தங்கையார். தாயார், தமக்கையார், தங்கையார் இவர்தம் எழுத்தை இளமை தொட்டுப் படித்துப் போற்றி வந்தது இங்கு குறிப்பிடத் தக்கது. பிள்ளையில்லாக் குடும்பக் குறையைப் போக்க எண்ணிய பாட்டியார் நரசம்மாள் திருமலை சென்று திருவேங்கடவன் அருள் வேண்டிப் பிறந்த பிள்ளை அவர். ஆகையால் 'திரு வேங்கடம்' என்று இவர்தம் பாட்டியார் நரசம்மா இவர்க்குப் பெயரிட்டார். ஆனால், இவர்தம் தாத்தாவின் பெயராகிய வரதராசன் என்பதே இவர்க்கு நிலைத்து விட்டது. பாட்டியார் திருவேங்கடத்தைக் கண்ணெனக் காத்து வந்தார். மெலிந்த உடலினராகிய மு.வ. நோயுறும் போதெல்லாம் உறங்காமல் உட னிருந்து ஓம்பிய இந்தப் பாட்டியின் அன்பை *'விடுதலையா?'* என்னும் தம் சிறுகதையில் சிறப்பாக மு.வ. வருணித்துள்ளார்.

ஆர்க்காட்டிலிருந்து சோளிங்கர் செல்லும் சாலையில் அமைந்த சிற்றூராகிய வேலம் குன்றுகளும் குளங்களும் அருவி யும் சூழ்ந்த சிற்றூர். இளமையில் மலைகளில் அமர்ந்தும், நீரில் ஆடியும் இயற்கைக் காட்சிகளில், கதிரவன் தோற்ற மறைவு களில், பல்வேறு பறவைகளின் கூட்டு வாழ்வுக் காட்சிகளில் ஈடுபட்டுள்ளார். சட்டக்கல், கூர்ச்சுமலை, அரசங்குளம், பெரிய ஓடை என்னும் இயற்கைச் சூழல்கள் இவரை வளர்த்தன. பின் னாளில் எந்த ஊருக்குச் சென்றாலும் அங்குள்ள கடைத் தெருக்களில் ஈடுபடாது கழனிப் பகுதிகளில் ஆற்றோட்டத்தில், கடற்கரையில், அருவிக் கரையிலேயே தம்மைத் தம் நண்பர் களுடன் ஈடுபடுத்திக் கொண்டமைக்கு இந்த இளமைப் பழக்கமே, பயிற்சியே காரணமாகும். இந்த இயற்கை ஈடுபாடே சங்க இலக்கியத்திற்கு இவரை ஆட்படுத்தியது என்றும் கருதலாம்.

இவர் தொடக்கப் பள்ளிக் கல்வியை வேலத்திலும், வாலாஜா பள்ளிகளிலும் பெற்றார். உயர்நிலைப் பள்ளிக் கல்வி திருப்பத்தூரில் நிறைவேறியது. கற்ற காலத்தில் ஆசிரியர்களின் அன்புக்கும் பாராட்டுக்கும் உரியவர் ஆனார். கணக்கிலும் இலக்கணத்திலும் பள்ளியிறுதி வகுப்பிலும் 98 விழுக்காடு பெற்று சிறந்து விளங்கினார். அப்போது அவருக்கு இருந்த நினைவாற்றல் வியக்கத்தக்கது. அவர் உயர்நிலைப் பள்ளியில் கற்ற போது திருவேங்கடத்து ஐயர் என்னும் சிறந்த ஆசிரியர் தொடர்பு அவருக்குக் கிட்டியது. அவர் சிறுவன் மு.வ.வைச் சிறந்த மாணாக்கனாக உருவாக்கினார்.

தமிழ் மொழியிலும், தமிழ் இலக்கியங்களிலும், தமிழ்ச் சான்றோரிடத்தும் மு.வ. ஈடுபாடு கொள்ளச் செய்தது நவசக்தி என்னும் வார இதழ். இதன் ஆசிரியர் திரு. வி. கலியாண சுந்தரனார். இவர் தமிழ் இலக்கியம், சமயம், காந்தீயம், பெண்ணியம், தொழிலாளர் இயக்கம் இவற்றில் ஈடுபாடு கொண்ட சான்றோர். இவருடைய கட்டுரைகள் எல்லாம் மு.வ.வுக்கு மனப்பாடம். இவர் எழுத்துக்கள் மு.வ. ஒரு தமிழ் அறிஞராகப் பிற்காலத்தில் உருவாக அடிப்படை கோலின எனலாம்.

இவருக்கு வாய்த்த தமிழாசிரியர் முருகய்ய முதலியார். மு.வ.விடம் பெரிதும் ஈடுபாடு கொண்டவர். பள்ளியிறுதி வகுப்பு முடித்து, தாலுகா அலுவலகத்திலும் பின் ரெவின்யூ அலுவலகத்திலும் மு.வ. சில காலம் பணிபுரிந்தார். மிக்க பணிச் சுமையாலும் ஈளை (ஆஸ்த்துமா) நோயாலும் அவதிப்பட்ட காலத்தில் வேலையை விட்டு ஓய்வில் வேலத்தில் இருந்த அந்த இளமைக் காலத்தில், மு.வ.வை அழைத்து, "தம்பி நீ தமிழ் வித்துவான் கல்வி பயிலலாமே? நான் சொல்லித் தருகிறேன்" என்று அன்போடு முன்வந்து முருகய்ய முதலியார் கற்பித்த தமிழ்க் கல்வியே பின்னாளில் மு.வ. ஒரு தமிழ்ப் பேராசிரியராகக் காரணமாய் அமைந்தது.

அந்த நாளில் தமிழ் இலக்கண நூல்கள் கற்பதற்கு எளிதாகக் கிடைப்பதில்லை. கிடைத்தாலும் விலை கொடுத்து வாங்க முடியாத அளவு அரியதாகவும் இருந்தது. ஒரு நாள் தமிழ் ஆசிரியர் முருகய்யா யாப்புப் பாடம் நடத்திக் கொண்டிருந்தார். ஒரே ஒரு மாணவரிடம் மட்டும் அந்தப் பாடநூலாகிய **யாப்பருங்கலக் காரிகை** இருந்தது. அவரிடம் அந்த நூலைப் பெற்று அதனைத் தாமே தம் கையெழுத்தில் எழுதிக் கொண்டு மனப்

பாடம் செய்து கற்றார். ஒரு நூற்பா கூட மறவாமல் அவரால் அந்த இலக்கண நூலைச் சொல்ல முடியும். பிற்காலத்தில் தாம் கற்பித்த தமிழ் யாப்பு வகுப்புகளில் எல்லாம் அந்த நூல் இன்றியே பாடம் நடத்தியது கண்டு, பச்சையப்பன் கல்லூரி மாணவர் பலர் வியந்தது உண்டு. இப்படித்தான் ஓர் இலக்கண நூல் பெறப் பெரிதும் வருந்தியதை நினைவில் கொண்டு தம் மிடம் பயிலும் வறிய மாணாக்கர்களுக்குப் பிற்காலத்தில் அவர் பாட நூல்களைத் தந்து உதவியதுண்டு.

திரு.வி.க. நவசக்தி வழியாக இவர் கற்றுணர்ந்த சமய உணர்வுக்கு இவருடைய தமிழாசிரியர் முருகய்யா மாலை நேரங்களில் சிற்றூர் திருக்கோயிலில் நிகழ்த்திய சைவ சித்தாந்த சமயச் சொற்பொழிவுகள் உரமிட்டன. ஆசிரியர் பலர் எதிர் பார்ப்புக்கு மாறாக இவர் ஒரு பொறியியல் வல்லுநர் ஆகாமல் தமிழ் இலக்கியச் சான்றோராக உருவானதற்கு இவருடைய தமி ழாசிரியர் முருகய்யாயும் திரு.வி.க.வின் வார இதழ் நவசக்தி யுமே காரணம் ஆகும். நவசக்தி இவரைக் காந்தீயச் சிந்தனை யிலும் ஈடுபடுத்தியது எனலாம்.

1912இல் பிறந்த இவர்தம் பதினாறாம் வயதில் அதாவது 1928இல் பள்ளியிறுதி வகுப்பில் வெற்றி பெற்று வருமான வரித்துறை (Office of Income Tax Department) அலுவலகத் தில் எழுத்தராகப் பணி ஏற்றார். அதாவது தம் 16ஆவது வயதி லிருந்து மறைகின்ற 62ஆம் வயது வரை 46 ஆண்டுகள் கற்றுக் கொண்டும், கற்பித்துக் கொண்டும், எழுதிக் கொண்டும் வாழ் வில் ஓய்வில்லாமல் உழைத்துக் கொண்டேயிருந்தார்.

வருமான வரித்துறையில் பணிபுரிவர்களைப் பலர் பல வகைகளில் கவர்ந்து தம் கணக்குகளை நேர் செய்யத் தூண்டுதல் கண்கூடு. ஆனால், அங்குப் பணி ஏற்ற மு.வ. நேர்மை, ஒழுங்கு, கட்டுப்பாடு, விடாமுயற்சி உடையவராக விளங்கினார். இப்பண்பு கள் அவருக்கு அலுவலகத்திலும் மக்களிடையிலும் மதிப்பு, மரியாதையை வழங்கின. விரைவில் அவருக்கு வரி வசூலிக்கும் அலுவலகத்தில் 'ஆப்காரி' என்னும் எழுத்தர் பணி வாய்த்தது. இப்பணி கையூட்டு முதலிய தவறான வருவாய்க்குப் பெரிதும் வாய்ப்பானது. ஆனால், இங்கும் இவர் தம் நேர்மையான மனப் பான்மையாலும், தவறான வழியில் வரும் செல்வத்தை விரும் பாமையாலும் சிறந்த நல்ல எழுத்தர் எனப் பெயர் பெற்றார். இடையறாது வேலை செய்து வந்த இளைஞர் மு.வ. விரைவில்

நோய்வாய்ப்பட்டார். அதனால் அலுவலிலிருந்து விலகி, தம் சொந்த கிராமமான வேலத்தை அடைந்தார்.

இப்படி வேலையற்றிருந்த காலத்தில்தான் தமிழாசிரியர் வித்துவான் முதுநிலைத் தேர்வுக்கான பாடங்களை முறையாகக் கற்றார். ஷேக்ஸ்பியர் நாடகங்களையும் அப்போது அவர் தொடர்ந்து தாமே கற்றிருத்தல் வேண்டும். இப்படித் தமிழ், ஆங்கிலப் புலமையையும், இலக்கிய அறிவையும் அவர் வளர்த்துக் கொண்டது இந்தக் காலத்தில்தான். தமிழ்ப் பெருஞ்சான்றோர் திரு.வி.க. வட ஆர்க்காட்டுப் பகுதிகளில் அவ்வப்போது ஆற்றும் சொற்பொழிவுகளைக் கேட்டு அவருடைய பேரன்பையும் பெருநட்பையும் மு.வ. வளர்த்துக் கொண்டதும் இந்தக் காலத் தில்தான். தற்செயலாக வேலூர் ஊரீசுக் கல்லூரியில் இடைநிலை வகுப்பில் படித்துக் கொண்டிருந்த தம் நண்பன் திரு யோக சுந்தரத்தைக் கண்டு அவர் மூலம் செர்மானிய இயற்கை மருத் துவ அறிஞர் டாக்டர் ஹியூம் எழுதிய 'அனைத்து நோய்க்கும் அடிப்படை' (*The Oneness of all diseases - Dr. Hume*) என்னும் நூலைப் பெற்று அதன் வழி தன் ஈளை நோயைப் போக்கிக் கொண்டதும் அல்லாமல் சாகும் வரை தமக்கு ஒரு தலைவலி கூட வராமல் தம் உடலைக் காத்துக் கொள்ளவும் இயற்கை மருத்துவமாகிய நீர்ச் சிகிச்சையை அறிந்து கொண்டார். நோய் இன்றி வாழ்தலில் செர்மானிய அறிஞர் ஹியூம், காந்தி அண்ணல் நெறிகளும் அவருக்குத் துணை செய்தன.

1935இல் வித்துவான் வகுப்பில் முதல்வராகத் தேறித் திருப்பனந்தாள் அளிக்கும் அரிய பரிசாகிய ரூபாய் ஆயிரத்தை யும் பெற்றார். அந்த ஆண்டிலேயே தம் மாமன் மகள் இராதா அம்மையாரை மணந்து கொண்டார். மாப்பிள்ளை ஆடைக்காகத் தம் மாமனார் கொடுத்த ரூபாய் ஐம்பதில் ஒரு கதர் சட்டை, ஒரு வேட்டி, ஒரு துண்டு மட்டும் குறைந்த விலையில் வாங்கிக் கொண்டு மீதி ரூபாய் 30ஐத் திருப்பிக் கொடுத்து விட்டார். பிறர் பொருள், அது மாமனாருடையதாயினும் அதற்கு ஆசைப்படாத அறவுள்ளம் அவர்பால் இயற்கையாக அமைந்திருந்தது. காந்தி யிடம் இருந்த ஈடுபாட்டால் கதராடையையே அணிந்து கொள் வதை வழக்கமாகக் கொண்டிருந்தார். தாம் ரெவின்யூ அலு வலகத்தில் எழுத்தராகப் பணிபுரிந்த போது வேலை நிமித்தமாக மாவட்ட ஆட்சியாளரைக் காண வேண்டி நேர்ந்தது. அப்போது நண்பர்கள் கதர்ச் சட்டை அணிந்து கொண்டு போக வேண்டாம்

எனத் தடுத்தும் தயங்காமல் கதர் ஆடையையே உடுத்திக் கொண்டு சென்றார். தம் வாழ்நாள் முழுவதும் கதர் ஆடை அணிவதையே விரும்பினார்; சிறப்பாகக் கருதினார். அவர் என்றும் பட்டாடை உடுத்தியது இல்லை. உவமைக்குக் கூடப் 'பட்டு' என்ற சொல்லைப் பயன்படுத்தியதில்லை. பெரும் பேராசிரியர், துணை வேந்தர் பதவி வகித்த காலங்களில் நீண்ட பயணம், வெளிநாட்டுப் பணி நிமித்தம் செல்ல நேர்ந்த போது கோட்டு, நீண்ட கால் சட்டை மட்டும் தைத்து அணிந்து செல்வார். ஆனால், அப்போதும் கூட உள்ளாடை எல்லாம் கதராகவே இருக்கும். கதர் வேட்டி துண்டு எப்போதும் உடன் இருக்கும்.

திருப்பத்தூர் பள்ளியில் தமிழாசிரியர் முருகய்யா தாம் ஓய்வு பெற்ற போது அப்பணிக்கு இவரை அழைத்து, அதனை அளித்து மகிழ்ந்தார். குறைந்த சம்பளம் பெற்று வாழ்ந்த அந்த நாளிலும் மு.வ. பிறர் தரும் பரிசுப் பொருள் எதுவாயினும் அதனைத் தொட மாட்டார். ஒரு முறை செல்வர் திரு. சண்முக முதலியார் தம் பிள்ளைகளுக்குத் தனிப் பாடம் கற்பித்ததற்காகப் பணம் கொடுக்க வந்ததை மறுத்து விட்டார். மீண்டும் அந்தச் செல்வர், மு.வ. விரும்பும் கதராடைகள் சிலவற்றை அவருடைய வீட்டிற்கு அனுப்பி வைத்த போது, ''மரியாதைக்காக அதனைத் திருப்பி அனுப்பாது ஏற்றுக் கொள்கிறேன்; இனி இந்த நிலைக்கு என்னை ஆளாக்க வேண்டாம்'' என்று கண்டிப் போடு கூறித் தம் மறுப்பை உணர்த்தினார். தமிழ் ஆர்வலராகவும் அதே நேரத்தில் தமிழ் வளர்ச்சிக்கு அயராது பாடுபடும் தொண்டராகவும் விளங்கியவர் மு.வ. அவர்கள். இப்பள்ளியில் அவர் பணிபுரிந்த காலத்தில் அங்கு பள்ளியில் நிகழ்ந்த ஒரு நிகழ்ச்சி இவர்தம் தமிழ் ஆர்வத்தை, அரசியல் தெளிவைப் புலப்படுத்த வல்லது. தமிழ், தெலுங்கு, உருது மொழிகளை இரண்டாம் பாடமாகக் கொண்டிருந்த அந்தப் பள்ளியில் சங்கம் தொடங்க விழைந்த மாணவர் கா.ச.அ. ரகுநாயகன் மு.வ.வை அணுகி, 'தமிழ் மாணவர் சங்கம்' ஏற்படுத்த வேண்டுமெனக் கேட்டார். ஆனால், மு.வ. அங்கு பயிலும் பலர்க்குத் தாய் மொழி தமிழ் ஆனமையினாலே 'மாணவர் தமிழ்ச் சங்கம்' எனப் பெயரிடுமாறு கூறி, அந்தச் சங்கம் தமிழ் கற்கும் மாணவர் அனைவர்க்கும் பொது, இன்றியமையாதது, தலையாயது என்ற உண்மையைத் தெளிவு செய்தார். (மு.வ. எங்கள் ஆசிரியர், ப. 19-20). அங்கு பயின்ற இளஞ்சிறார்க்கு எல்லாம் தமிழ் உணர்வை

ஊட்டி, தமிழ்ப் பண்பாட்டுக்கு எடுத்துக்காட்டாக வாழ்ந்து ஒற்றுமை, நேர்மை நெறியில் மாணவரை ஈடுபடுத்தி 1938 வரை அங்குப் பணியாற்றினார். 1939இல் பி.ஓ.எல். தேர்வில் வெற்றி பெற்றதும் அன்பர் ஒருவரின் பரிந்துரையால் 1939இல் சென்னை பச்சையப்பன் கல்லூரித் தமிழ்த் துறையில் சேர்ந்து தமிழாசிரியர் ஆனார்.

உரிமை வேட்கை, மொழிப் பற்று, சமுதாயச் சீர்திருத்தம், பொருளாதார முற்போக்குச் சிந்தனைகள் எல்லாம் பயிலும் பச்சையப்பன் படிக்கட்டுகளில் அடியெடுத்து வைத்த தூய, நேர்மையான, மொழி ஆர்வத்தினராகிய மு.வ. நாள்தோறும் அறிவிலும் திறத்திலும் வளர்ந்து வரலானார். தம் வளர்ச்சியைத் தம் எழுத்தின் வழி தமிழ் மக்களுக்கு எல்லாம் வழங்கியும் வரலானார்.

சென்னை பச்சையப்பன் கல்லூரித் தமிழாசிரியர் பதவி பல வகையில் இவர் வாழ்வின் வெற்றிக்குத் துணை புரிந்தது. கல்வி, மொழி, மறுமலர்ச்சி கண்டு கொண்டிருந்த தமிழகத் தலைநகராகிய சென்னையும், தமிழ் வளர்ச்சியை, மலர்ச்சியைப் போற்றுவதில் முன்னோடியாக விளங்கிய, பச்சையப்பனும், காந்தீய, தெய்வீக, தமிழீய உணர்வுகள் கொந்தளிக்கும் சிற்றூர்ச் சூழலில் வாழ்ந்த அறிவார்ந்த இளைஞனான மு.வ.வுக்கு அவர் தம் அத்தகு உணர்வுகளை வெளியிடப் பச்சையப்பன் நிர்வாக மும், ஆசிரியர், மாணவர் சூழலும் கைகொடுத்து உதவின. ஆனால், தம் கொந்தளிப்பை, பீறிட்டெழும் உணர்ச்சிகளைச் சொற்பொழிவாகக் கொட்டி விடாமல், சிலர்க்கே பயன்படும் கட்டுரை வாயிலாக மட்டும் எழுதி நிறுத்திக் கொள்ளாமல், பலர்க்கும் பயன்படுத்தும் மறுமலர்ச்சி இலக்கிய வடிவம் ஒன்றைச் தேர்ந்து கொண்டார். அதற்காகவே நாவல் வடிவத்தைத் தேர்ந்தெடுத்துப் பயன்படுத்தினார். இது அவர்தம் உலகியல் தெளிவைப் புலப்படுத்த வல்லது.

பிற்காலத்தில் அவர் சொல்லியது போலச் சென்னை வாழ்வு அவரது ஆசிரியப் பணிக்கும் எழுத்துக்கும் பெருந் துணையாக இருந்தது. 1939இல் பச்சையப்பனில் பி.ஓ.எல். பட்டத்தோடு ஒரு விரிவுரையாளராகச் சேர்ந்த அவர், மெல்ல மெல்ல எம்.ஓ.எல். பட்டமும் முனைவர் (*Ph.D.*) பட்டமும் பெற்று நாடு போற்றும் தமிழ்ப் பேராசிரியராகவும், மக்கள் பாராட்டும் தமிழ் எழுத்தாளராகவும் வளர்ந்தார்.

1952இல் ஐந்தாம் உலகத் தமிழ் மாநாடு சென்னையில் நிகழ்ந்த போது சங்க இலக்கியம் பற்றிய மு.வ.வின் எழுச்சியூட்டும் சொற்பொழிவைக் கேட்டுத் தலைமை தாங்கிய இலங்கை அமைச்சர் திரு. நடேசப் பிள்ளை இலக்கியத்திற்குரிய நோபல் பரிசைத் தமிழகத்தில் பெறத் தகுதி வாய்ந்த, ஒரு சிறந்த இலக்கிய எழுத்தாளர் மு.வ. என்று மு.வ.வைப் பாராட்டினார். 1957 இல் உரிமை பெற்ற நினைவாகத் தமிழக அரசு இயற்றமிழ், இசைத் தமிழ், நாடகத் தமிழ் ஆகிய மூன்றுக்கும் பணியாற்றிய மூன்று சான்றோர்களைப் பாராட்டியது. அப்போது இயற்றமிழில் மு.வ. ஆற்றிய பணிக்காக அவர் பாராட்டப் பெற்றார்.

1961 ஜூன் வரை பச்சையப்பன் கல்லூரியில் பேராசிரியராக மு.வ. பணியாற்றினார். அதன்பின் நோயுற்று வருந்திக் கொண்டிருந்த சென்னைப் பல்கலைக் கழகத் தமிழ்த் துறைத் தலைவர் டாக்டர் ரா.பி. சேதுப் பிள்ளையின் வேண்டுகோளை ஏற்று, தம்மை வாழ்வித்து வளர்த்த பச்சையப்பனை ஏக்கத்தோடு விட்டுச் சென்னைப் பல்கலைக் கழகத் தமிழ்த் துறைத் தலைவர் பொறுப்பை ஏற்றார். அந்நாள் வரை படைப்பிலக்கியத் துறையில் பல நூல்கள் எழுதிக் கொண்டிருந்த மு.வ. பல்கலைக் கழகம் வந்த பின் ஒரு நூல்கூட இயற்றவில்லை. பட்ட ஆராய்ச்சி வழிகாட்டியாக இங்குப் பொறுப்பேற்று அவர் ஆராய்ச்சி மாணவர்களை வழிநடத்துதலிலும் அவர்க்குரிய ஆராய்ச்சி நூல்களைக் கற்பதிலும், பல்கலைக் கழகத் தமிழ்த் துறையைப் பல நோக்கில் வளர்ப்பதிலும், பெரிதும் பாடுபட்டார். இவருடைய படைப்பிலக்கியச் சிறப்பை உணர்ந்து இந்திய அரசு, இவர் எழுதிய 'அகல் விளக்கு' என்னும் புதினத்திற்கு 1961ஆம் ஆண்டுக்கான சாகித்திய அகாதெமியின் இலக்கியப் பரிசினைத் தில்லியில் ஜனாதிபதியின் மூலம் வழங்கிப் பாராட்டியது. அந்தப் பரிசுத் தொகையின் ஒரு பகுதியை அந்த நூல் அச்சிட்ட தொழிலாளர்க்கு அளித்து மகிழ்ந்தார்.

தமிழ்நாடு அரசு இவருடைய புதினம் 'கள்ளோ காவியமோ' என்ற நூலையும் இவரது அரசியல் சிந்தனைகள் கொண்ட 'அரசியல் அலைகள்' என்ற நூலையும் இவருடைய மொழிப் புலமையைப் புலப்படுத்தும் 'மொழியியற் கட்டுரைகள்' என்ற நூலையும் பாராட்டிப் பரிசுகள் வழங்கியது.

இவர் எழுதிய 'திருவள்ளுவர் அல்லது வாழ்க்கை விளக்கம்', 'மொழி நூல்', 'கள்ளோ? காவியமோ', 'விடுதலையா', 'அரசியல்

அலைகள்', 'ஓவச் செய்தி' என்னும் நூல்கள் தமிழ் வளர்ச்சிக் கழகத்தின் பாராட்டுப் பத்திரங்களைப் பெற்றன.

1961 தொடங்கி 1971 வரை ஏறக்குறைய பத்தாண்டுகள் சென்னைப் பல்கலைக் கழகத் தமிழ்த் துறைத் தலைவராகப் பணியாற்றி ஆராய்ச்சி அறிஞர் பலரை உருவாக்கினார். 1971 பிப்ரவரி மதுரைப் பல்கலைக் கழக துணை வேந்தர் பதவிக்கு இவரைத் தமிழக அரசு பரிந்துரை செய்தது. ஆளுநர் ஒப்பமும் பாராட்டும் பெற்று 1971 பிப்ரவரி முதல் மதுரைப் பல்கலைக் கழகத் துணை வேந்தராகப் பணி ஏற்றார். பணி ஏற்ற நாளில் இருந்து பல்கலைக் கழக அகப்புற வளர்ச்சிக்கு அரும்பாடு பட்டார்.

மொழி ஆசிரியராய் இருந்தும் பல்கலைக் கழக அறிவியல் துறை பல மைய நல்கைக் குழுவின் *(U.G.C.)* சிறப்புத் துறை யாக உயர்வு பெற உழைத்தார். மதுரைப் பல்கலைக் கழகத்தி லேயே முதன்முதல் அஞ்சல் வழிக் கல்வித் துறையைத் தோற்று வித்துக் கல்லூரியில் சேர்ந்து பயில வாய்ப்பில்லாப் பலர் பல துறைக் கல்வி கற்று வாழ்வில் உயர உதவினார். மைய நல்கைக் குழு, தமிழக அரசு உதவியுடன் எழிலார்ந்த கட்டடம் பல தோற்றுவித்தார். பாலையாகக் காடசியளித்த பல்கலைக் கழகச் சூழலை வாகை, தென்னை, வேப்ப மரங்கள் பல நட்டுப் பசுஞ் சோலையாக மாற்றினார். இவர் தமிழுக்கு ஆற்றிய பலதுறைப் பணிகளைக் கருத்தில் கொண்டு அமெரிக்க ஊஸ்டர் கல்லூரி *(Vooster College of America)* டி.லிட். *(D.Litt)* பட்டம் வழங்கி இவரைப் பாராட்டியது.

வேண்டாமையை விழுச்செல்வமாகக் கொண்ட மு.வ. ஒரு குறிப்பிட்ட மூன்றாண்டு காலம் துணை வேந்தர் பதவி முடிந்தவுடன் அதன்பின் தொடர விழையவில்லை. அமைதியாக இருந்து 1961 தொட்டு பத்தாண்டு காலம் தாம் இழந்த படைப் பிலக்கியப் பணியைத் தொடரப் பெரிதும் விழைந்தார். ஆனால், தமிழ்நாடு அரசு அவரை வற்புறுத்தி மீண்டும் மூன்றாண்டு கட்குத் துணை வேந்தர் பதவியை ஏற்கச் செய்தது. பல்கலைக் கழக நிர்வாகப் பணி அவர் உடலைப் பெரிதும் மெலிவித்தது.

ஒருவர் தம் வாழ்நாள் முழுவதும் ஓர் எழுத்தாளராக வாழ லாம். இன்னொருவர் பேராசிரியராக வாழலாம். பிறிதொருவர் நிர்வாகத் துறையில் தம் வாழ்நாளைக் கழிக்கலாம். மற் றொருவர் தம் வாழ்நாளெல்லாம் சமுதாயத் தொண்டராக வாழ

லாம். ஆனால், மு.வ. தம் வாழ்வில் எழுத்தாளராக, பேரா சிரியராக, நிர்வாகியாக, சமுதாயத் தொண்டராக நான்கு பேருக்கு உரிய பணிகளை ஏற்று நிறைவுற, திறமுற நடத்தினார். அதனால் இளமையிலேயே ஈளை நோயால் மெலிந்த நுரையீரலும் 1968 இல் தொல்லை தந்த இதய நோயும் மீண்டும் அவரை அணுகின. பல்கலைக் கழகப் பட்டமளிப்பு விழாவுக்குப் பெரிதும் பாடு பட்ட போது அவருக்கு இரண்டாம் முறையாக இதய வலி தோன்றிற்று. மருத்துவர் உதவியும் பெறாமல் ஓய்வின்றிப் பணி செய்து கொண்டே இருந்தார். ஆங்கில மருத்துவத் துறை உதவி பெற மறுத்தார். இயற்கை மருத்துவமே தம்மைக் காக்கும் என நம்பினார். ஆனால், 'நெருநல் உளன் ஒருவன் இன்றில்லை' என்பதன்றோ ஊழ். எனவே, அவர் நம்பிய இயற்கையும் அவரைக் கைவிட்டு விட்டது. உற்றார், உறவினர், நண்பர் வற்புறுத்தலுக்கு இணங்கி, வேண்டா வெறுப்பாகச் சென்னை சென்ட்ரல் இரயில் நிலையத்திற்கு எதிரில் அமைந்துள்ள அரசினர் பொது மருத்துவமனையில் சிறப்பு இதயச் சிகிச்சைப் பிரிவில் சேர்க்கப் பெற்றார்.

09.10.1974 அன்று புதன் கிழமை அவர் இதயம் மருத்து வரின் மருத்துவச் சிகிச்சைக்குக் கட்டுப்படவில்லை. வெளி நாட்டிலிருந்து வரவழைத்த சில மருந்தின் மூலம் ஒருவாறு கட்டுப்படுத்த முயன்றனர். அன்று இரவு அவர் பக்கத்தில் ஏறி ஏறி இறங்கும் இதயத் துடிப்பைக் காட்டும் மின்னணுக் கருவி ஒன்று வைக்கப் பெற்றிருந்தது. அதனையே சற்று ஆழ்ந்து நோக்கினார்.

வான நாடரும் அறிஒ ணாதநீ
மறையில் ஈறுமுன் தொட ஒணாதநீ
ஏனை நாடருந் தெரிஒணா தநீ
என்னை இன்னிதாய் ஆண்டு கொண்டவா
ஊனை நாடகம் ஆடுவித்தவா
உருகி நான்உனைப் பருக வைத்தவா
ஞான நாடகம் ஆடுவித்தவா
நைய வையகத் துடைய இச்சையே

(*திருவாசகம் திருச்சதகம், பா.* 95)

என்ற பாடலைப் பாடித் தொடர்ந்து,

''ஆடலையே காட்டி எனது ஆடல் ஒழித்து ஆண்டு கொண்டான்'' என்ற தாயுமானவர் பராபரக் கண்ணியில் ஓர்

அடி பாடி, அருகில் இருந்த மாணவர் ஒருவரை அழைத்து ஏறி இறங்கும் மின்னணு ஓட்டத்தைச் சுட்டி 'ஆடலைப் பார்' என்றார்.

மறுநாள் 10.10.1974 அன்று நண்பகல் மருத்துவர்கள் மின் அதிர்ச்சி வழி இதயத் துடிப்பைச் சரிப்படுத்த விழைந்து மின் கருவிகளை எல்லாம் இணைத்துக் கடைசியாக 'என்ன புரொபசர்?' என்று இயக்குவதற்கு முன் அவருடைய கருத்தைக் கேட்டனர். 'நீங்கள் எல்லாம் வல்லுநர்கள்' (You are all experts) என்றார். இதுதான் அவரது கடைசி வார்த்தை. அவருக்கு மின் அதிர்ச்சி வைத்தியம் தரப்பெற்றது. சில நிமிடங்கள் இதய ஓட்டம் சரியான நிலையில் துடித்தது. உடனே இளமையில் ஈளை நோயில் மெலிந்த நுரையீரல், பணி செய்ய மறுத்து விட்டது. இரத்தம் நீல நிறமாய் ஆயிற்று. இதயத் துடிப்பும் நின்றது. மு.வ. மறைந்தார்.

தெய்வம் பிறக்கும் போது எங்கும் அற்புத நிகழ்ச்சிகள் நிகழும். ஆனால், மனிதன், வாழ்வாங்கு வாழ்ந்த மனிதன், சாகும் போதுதான் எங்கும் பாராட்டும் புகழும் ஏற்படுகின்றன. இவ்வாறு எங்கோ ஒரு சின்னஞ்சிறு கிராமத்தில் சாதாரண குடும்பத்தில் தோன்றிய மு.வ. என்னும் குழந்தை, மாநகராகிய சென்னையில் அமைச்சர்கள் புடைசூழ, அறிஞர்கள் மனம் நெகிழ, மாணவர்கள் கண்கலங்க, தமிழக மக்கள் எல்லாம் வருந்த ஆளுநர் வந்து மாலையிட, நாளிதழ், வார இதழ், திங்கள் இதழ் எல்லாம் புலம்பிப் போற்ற பேராசிரியர் மு.வ.வாய், எழுத்தாளர் மு.வ.வாய், துணை வேந்தர் மு.வ.வாய், தமிழ்த் தொண்டர் மு.வ.வாய் மறைந்தார்.

எப்படி நல்லாசிரியராக, சிறந்த எழுத்தாளராக, திறமான துணை வேந்தராகத் திகழ்ந்தாரோ அப்படியே அன்பான தாம் மணந்த இராதா அம்மையாரின் கணவராகவும், அறம் நிறைந்த தந்தையாகவும் மு.வ. விளங்கினார். தமக்கு வாய்த்த மக்கள் மு. திருநாவுக்கரசு, மு. நம்பி, மு. பாரி மூவரையும் சிறந்த மருத்துவராக வளர்த்து அவையத்து முந்தியிருக்கும் தகுதியையும் அவர்க்கு அளித்தார்.

ஒரு நாள் வாழ்வு

காலை 6 மணி அளவில் படுக்கையை விட்டு எழுவார். பல் துலக்கிக் கொண்டே வாழை, தென்னை, பலா, மா முதலி

யன வளர்ந்துள்ள தோட்டத்தைச் சுற்றிச் சுற்றி வருவார். நெருங்கிய நண்பர்கள், அன்பர்கள், மாணவர்கள் எவரேனும் உடனிருந்தால் உசாவிக் கொண்டே உலா வருவார். பல் துலக்குதலில் ஓரோர் சமயம் வேப்பங்குச்சியைப் பயன்படுத்துவதும் உண்டு. சென்னை செல்லம்மாள் தெரு வீட்டின் பின்புறம் ஒரு பெரிய நீர்த்தொட்டி கட்டியிருந்தார். மேலிருந்து குழாய் வழியே ஏறக்குறைய ஆறு அடி உயரத்திலிருந்து அதில் தண்ணீர் அருவி போல் விழுமாறு ஏற்பாடு செய்திருந்தார். அதனைக் குற்றாலம் எனச் செல்லப் பெயரிட்டு அழைத்தார். பல் துலக்கி முடிந்ததும் மாணவருடன், பிள்ளைகளுடன் அந்தத் தொட்டியில் ஆடிப் பாடிக் குளிப்பது வழக்கம். குளிப்பதற்கு முன் தொட்டியைத் திறந்து தேங்கிய பழைய தண்ணீரைத் தோட்டத்திற்குப் பாய்ச்சுவார். அப்போது நீரோடும் சிறு கால்வாய் வெட்டுதல், பாத்திகள் அமைத்தல், அடர்ந்த வாழைச் சருகுகளை அறுத்து ஒழுங்கு செய்தல், இப்படி உடல் உழைப்பு ஏதாவது செய்வார். குளிக்கும் போதே சிற்சில போது தன் வேட்டி துண்டுகளைத் தோய்க்கும் பணியையும் செய்து விடுவார். மாலை நடைப் பயிற்சி மேற்கொள்ள வேண்டும் எனப் பல முறை எண்ணியது உண்டு. ஆனால் முறையாகக் கடைப்பிடிக்கவில்லை. பெங்களூர், குன்னூர், ஊட்டி முதலிய இடங்களுக்குக் கோடையில் எழுத்துப் பணிக்காகச் செல்லும் போது நண்பர்களுடன் இனிய இயற்கை அழகைக் காணும் போக்கில் சில கல் தூரம் நடப்பதுண்டு. குளித்தவுடன் கதர் ஆடை அணிந்து பின் ஓரிரு விநாடி தியானம் - அவ்வளவே வழிபாடு - தொடர்ந்து அன்றாட பத்திரிகை படிப்பார். தமிழ், தமிழர்கள் பற்றிய சமுதாய, அரசியல் சிக்கல் இருப்பின் சிறிது நேரம் தோட்டத்தில் சிந்தித்து ஏதாவது பழைய அழைப்பிதழ் அட்டையின் பின்புறத்தில் அது பற்றிக் குறித்துக் கொள்வார். அன்று மாலை அந்தக் குறிப்புகள் ஆக்க வழி காட்டும் கட்டுரையாக வடிவமெடுக்கும்.

பத்திரிகை படித்து முடிந்ததும் சிற்றுண்டி - சுடச்சுட இட்லி அல்லது தோசை அல்லது இரண்டும். சில நாட்களில் பூரியும் உண்டு. சிற்றுண்டிக்கு முன் எதுவும் குடிப்பதோ, உண்பதோ இல்லை. அதனால் நன்றாகப் பசித்து அளவாகச் சுவைத்து உண்பார். மோர் குடிப்பார். காபி, தேநீர் குடிக்கும் பழக்கமே இல்லை. பால் ஓரோர் போது பருகுவார். யாரேனும் பார்க்க வந்திருந்தால் அவரோடு பேசிக் கொண்டே தபால் ஏதேனும் இருந்தால்

பார்ப்பார் - எழுதுவார்; கல்லூரிப் பாடம், அலுவலகக் கோப்பு - பார்வையிடுவார் - குறித்த நேரத்திற்கு ஐந்து நிமிடத்திற்கு முன்பு சேருமாறு அலுவலகத்திற்குப் புறப்பட்டு விடுவார்.

மாலைக் கடமைகளைச் சரியாகச் சொல்ல முடியாது. இரவில் எழுதுவார்; சில போது சொல்லிச் சொல்லி எழுதச் சொல்வார். பிறரை எழுதச் சொல்லும் போது கட்டுரையாக இருந்தால் பெரும்பாலும் உலாவிக் கொண்டும், கதையாக, நாவ லாக இருந்தால் கண் மூடிப் படுத்துக் கொண்டும் சொல்வார். எழுத்து வேலை இல்லை என்றால், இரவில் நீண்ட நேரம் படித்துக் கொண்டிருப்பார். பெரும்பாலும் ஆங்கில நூல்கள் கற்று அவ்வப்போது குறிப்பெடுத்து வைத்துக் கொள்வார். குளிர்கால விடுமுறையில் அவை பாட நூலுக்கு உரிய கட்டுரை களாக ஆகி விடும். இந்தக் கட்டுரைகள் வகுப்பில் சொற்பொழி வாகும் — வினா விடை வகையில் சொல்லாட்சி, கருத்துச் செறிவு, நுட்பம் பற்றி விவாதிக்கப் பெறும். பின்னர் அவையே அச்சாகி நூலாகி விடும். மொழியியல், மொழி வரலாறு, இலக் கியத் திறன், இலக்கிய மரபு முதலான நூல்கள் இப்படி உரு வானவையே. குளிர்கால விடுமுறையில் இப்படிப் பாடநூல் உருவானது போல் கோடை விடுமுறையில் நாவல் உருவாகும்.

உணவு நெறி

'உண்பதற்கு என்று வாழ்வோரும் உண்டு; வாழ்வதற் கென்று உண்போரும் உண்டு' என்று வாழ்வியல் அறிஞர்கள் வாழும் மனிதர்களை உண்ணும் அடிப்படையில் இரு வகை யாகப் பிரித்துரைப்பர். இந்த இரு வகையினருள் வாழ்வதற்காக உண்பவர்கள் - அளவறிந்து உண்பவர்கள் பெரியோர்கள், பேரா சிரியர் மு.வ. இந்தப் பெரியோர் வகையினர்; அரியோர் வகை யினர் ஆவர். 'அற்றால் அளவறிந்து உண்க' என்னும் திருவள்ளு வர் வாய்மொழியை அப்படியே கடைப்பிடித்து ஒழுகுபவர்.

மரக்கறி உணவே அவர் மேற்கொண்டது. அடிக்கடி தாம் உண்ணும் உணவிற்கும், அதனால் தம் உடலில் தோன்றும் விளைவிற்கும் உள்ள தொடர்பை எண்ணித் தக்க காயை, கனியை ஏற்றுக் கொண்டு, தகாதனவற்றை ஒதுக்கி விடுவார். உணவுப் பொருள் வீணாகக் கூடாது என்று கருதுவார். அதனால் முன் கூட்டியே சமைத்தனவற்றுள் தமக்கு உரிய உணர்வைக் கேட்டு வாங்கி உண்பார். சில சமயம் தம் உடம்பிற்கு உகந்த

காய்கள் ஒவ்வாத வகையில் காரம் அதிகமிட்டோ மசாலா சேர்த்தோ சமைக்கப் பெற்றிருந்தால் - சமைத்தவரை நொந்து கொள்ளாமல் ஒரு கிண்ணத்தில் தூய நீர் வாங்கி அந்த மசாலாவும், காரமும் நீங்கும் வரை நீரில் கழுவி, பிறகு அந்தக் காயை உட்கொள்வார்.

'நொறுங்கத் தின்றால் நூறு வயது' என்பர். 'கடின உணவைக் குடி; நீர் உணவை மென்று உண்' (Drink the solid; Eat the liquid) என்ற மருத்துவ மொழி அவர்க்குப் பெரிதும் உகந்தது. உணவை எப்போதும் மென்றே உண்பார். அதற்கு அவர் கூறும் கருத்தும் இங்கு எண்ணிப் பின்பற்றத்தக்கது. மசாலா, காரம், புளி, உப்பு எதுவும் சேர்க்காது இயற்கையாகக் கிடைக்கும் காய்கறி, கனி உணவை, சோள கோதுமை அடையை, சில தானியங்களை மெல்ல மெல்ல அது உமிழ் நீரோடு கலந்து கரைந்து இனிய சுவையைத் தந்து குழைந்து உட்செல்லும். அத்தகைய இயற்கை உணவுப் பொருள்களைத் தடதட என்று தின்ன இயலாது. நா அவற்றை உள்ளே அனுப்பாது. விழுங்க இயலாது. குமட்டும் - பொறுமையோடு மென்று உண்ணாது - 'தடதட' என்று உண்பவர்கள் நாவுக்கு உணவுப் பொருளில் மசாலா, காரம், உப்பு, புளி இவற்றைச் சேர்த்து, லஞ்சமாகத் தந்து, நாவை ஏமாற்றி, உள்ளே தள்ளி விடுகின்றனர் என்று நகைச்சுவையோடும், அதே நேரத்தில் அறிவுலக மனிதனின் அஞ்ஞானத்திற்கு வருந்தியும் உரைப்பார்.

மாதுளை, ஆரஞ்சு முதலான விதையுடைய பழங்களை உண்ண நேர்ந்தால் பழைய கடித உறை அல்லது தாள் ஒன்றை எடுத்து, பொறுமையாக அந்த விதைகளை அதில் துப்பி விட்டு உண்பார். தூய்மை, பிறர்க்குத் தொல்லை தராமை, எளிமை, அறிவுடைமை ஆகிய குணநலன் பலவற்றை உண்ணும் நெறியிலேயே உலகுக்கு உணர்த்த வல்லவராக மு.வ. விளங்கினார்.

இயற்கை வாழ்வு

இயற்கை அழகில் ஈடுபாடு கொண்டவர்; இயற்கை நெறியில் வாழ்ந்தவர். காலையில் தோட்டத்தில் பணி செய்து கொண்டே செடி, கொடி, மரம் இவற்றின் வளர்ச்சியிலும் மலர்ச்சியிலும் ஈடுபடுவார். மாலையில் செல்லம்மாள் தெரு வீட்டில் மொட்டை மாடியில் உலாவிக் கொண்டே வானத்தில் செல்லும் பறவைகளையும், மாடிச் சுவரில் கிரீச்சிட்டுத் தாவிச் செல்லும் அணில்களையும் கண்டு மகிழ்வார். அவற்றிற்கு

வேர்க்கடலை போட்டு அவை கொறித்து உண்பதைக் கண்டு வியந்து நிற்பார். மறையும் கதிர்க் காட்சியையும் இரவு வானில் விண்மீன்கள் மின்னுதலையும் நிலா எழுவதையும் கண்டு களிப் பார்; முழு நிலா நாட்களில் சிற்சில போது நண்பர்களை அழைத்து மாடியில் விருந்தோடு உண்டு இன்புறுவார்.

விடுமுறை நாட்களில் மலை வளம் நிறைந்த குன்னூருக் கும், பூந்தோட்டம் சூழ்ந்த பெங்களூருக்கும் சென்று விடுவார். உடல் இயற்கை உணர்ந்து அதற்கு ஏற்ப அவ்வப்போது உணவுப் பொருள்களில் மாற்றம் செய்து கொள்வார். 'மருந்தென வேண்டா' வாழ்வு வாழ்ந்தார். நீர், மண் இந்த மருத்துவ வழி உடலில் தோன்றும் சீர்கேடுகளைச் சரிசெய்து கொள்வார். காப்பி, தேநீர் முதலிய சுவை நீர்களைக் குடிக்க மாட்டார்; பெரும்பாலும் மோர் பருகுதல் இயல்பு.

தாம் பிறந்து இளமையில் வளர்ந்த வேலத்துக்கு அருகி லுள்ள மலையடிவாரங்களில் சிறுவனாக இருந்த போது சுற்றித் திரிந்துள்ளார். பின்னாளில் 'ஓவச் செய்தி' முதலிய சில அரிய நூல்களுக்கு உரிய ஆய்வுக் கருத்துக்களை அவர் அங்கு அந்த மலையடிவாரத்தில் பெற்றதாகக் குறிப்பிட்டுள்ளார் (*ஓவச் செய்தி, முன்னுரை*). திருப்பத்தூரில் கற்ற போது அருகே ஜவ்வாது மலையில் ஏறி மகிழ்வார். பழந்தமிழ் இலக்கியத்தில் இயற்கை The treatment of nature in Sangam Literature என்னும் அவர்தம் முனைவர் பட்ட (*பி.எச்.டி*) ஆய்வுத் தலைப்பு அவர் தம் இயற்கை ஈடுபாட்டை நன்கு புலப்படுத்தும். ஆனந்த விகட னில் 'எங்கள் ஊர்' என்ற தலைப்பில் அவர் எழுதிய பின்வரும் செய்தி அவருக்கு இயற்கையின்பால் இருந்த ஈடுபாட்டைக் காட்டும்.

> ஆர்க்காட்டிலிருந்து ஐந்தாவது மைலில் சோளிங்க புரம் போகும் சாலையில் அமைந்த கிராமம் வேலம். ஊரின் முகப்பிலேயே ஒரு நல்ல குளம் (*ஊருணி*) அமைந்து அழகாக காட்சி தருகிறது. அதன் உயர்ந்த கரையின் மேட்டில் ஆலமரங்கள் பல சூழ்ந்து விளங்கும். குளத்திற்கும் ஊர்க் கும் இடையே நீரற்ற ஓடையும், பெரிய ஆல மரமும் அரச மரமும் உள்ளன. இவை எல்லாம் ஊர்க்கு மேற்கே உள்ளன. கிழக்கே உள்ள சத்திரம் பலருக்கும் ஒதுக்கிடம்; சிலருக்கு ஊர் வம்புக் கூடம். வடக்குப் பகுதியில் உள்ள தெருவில் எங்கள் வீட்டின் திண்ணை மேல் இருந்து பார்த்தால் வேலத்து மலை ஒரு மைல் தொலைவில் தெரியும். வேலத்து

மலையில் இரண்டு சிகரங்கள் உள்ளன. ஒன்று சட்டக்கல் எனப்படும். மற்றொன்று கூசுமலை (கூர்ச்சு மலை) எனப் படும். ஆர்க்காடு, வாலாஜா, ராணிப்பேட்டை எங்கேயிருந்து பார்த்தாலும் அந்த இரண்டு சிகரங்களும் எடுப்பாகத் தோன்றும். ரயிலில் செல்லும் போதோ, பெங்களூர்ச் சாலையில் காரில் செல்லும் போதோ, அந்த இரண்டு சிகரங்களின் அழகையும் நான் தவறாமல் பார்த்து மகிழ் வது உண்டு. வாலாஜா ரயில் நிலையக் கட்டிடம் என் பெரிய பாட்டனார் கட்டியது. எங்கள் வீட்டை ஊரார் எல் லாரும் 'பங்களா வீடு' என்று சொல்வார்கள். அந்தக் காலத் துக்கு அந்த வீடு அவ்வளவு புதுமையாக இருந்தது போலும். ஊர்க்கு மேற்கே உள்ள காட்டில் இன்னொரு பெரிய குளம் உள்ளது. அதன் நீர் தெளிவானது. அரசங்குளம் என்பது அதன் பெயர். காலையில் பல நாள் நான் நீந்திக் குளித்த பொய்கை அது. நான் விரும்பிக் குளித்து வந்த மற்றோர் இடம் ஊர்க்கு வடக்கே மலையடிவாரத்தில் உள்ள பெரிய ஓடை என்னும் அருவியாகும். பக்கத்தே ஓர் அத்தி மரத்தின் கீழேயுள்ள பாறை மேல் அமர்ந்து நல்ல நூல்களைப் படிப்பது வழக்கம். என் வாழ்வில் பல நாள் மனம் அமைதியில் மூழ்கிய இடமும் அது. 'ஓவச் செய்தி' என்ற என் நூலின் புதிய கருத்துக்குப் பிறப்பிடம் அதுவே. இரண்டு நாவல்கள் நெஞ்சில் உருவான இடம் அதுவே.

(*மு.வ. 'எங்கள் ஊர்' - வேலம் - ஆனந்த விகடன்,* 03.08.1969)

நன்றியுடைமை

மு.வ. எவரிடமும் எதுவும் எதிர்பார்த்ததில்லை. யாரேனும் அன்பாக ஏதேனும் கொடுத்தாலும் ஏற்றுக் கொள்வதில்லை. தாம் எவ்வகையிலும் யாருக்கும் நன்றிக் கடன் படாமலேயே வாழ்ந்து விட்டார். ஆனால், தம் உதவிக்கு உரியவர், தகுதி யானவர் என்று அறிந்தால் வலக்கை தருவது இடக்கைக்குத் தெரியாமல் உதவி விட்டு அமைதியாக இருந்து விடுவார். அவர் தாம் நன்றிக் கடன்பட்டதாக உணரப்பட்டவர் திரு.வி.க. ஒருவர் தாம். மு.வ. தம் வாழ்வில் தெளிவு பெற, மொழிநடையில் திறம் பெற திரு.வி.க. வாழ்வு பெரிதும் துணையாயிற்று. அந்த நன்றிக் கடனை அவர் மறந்ததே இல்லை. திரு.வி.க. பெயரில் ஓர் உயர்நிலைப் பள்ளி தோற்றுவித்து, அதற்குத் தம் நான்கு நூல்களை உரிமைப்படுத்தி, அதன் வழிவரும் வருவாய் அனைத் தையும் அளித்தார். செனாய் நகர் பூங்கா திரு.வி.க. பெயரில் வழங்க

பெருமுயற்சி மேற்கொண்டார். திரு.வி.க. தின்று துப்பிய விதையில் வளர்ந்த தம் வீட்டு மாதுளை மரத்தைப் போற்றிக் காத்தார். வாடா மலர், நெஞ்சில் ஒரு முள், செந்தாமரை ஆகிய நாவல்களில் முதன்மைப் பாத்திரங்களின் வழி அவரையும் அவர்தம் எண்ணங்களையும் வாழ்வித்தார்.

மு.வ. நன்றிக்கு உரிய இன்னொருவர் திருப்பத்தூர் பள்ளித் தமிழாசிரியர் முருகய்யா ஆவர். தம்மை அழைத்துத் தமிழ் கற்பித்து வித்துவான் தேர்விற்குத் தகுதியாக்கிய அவரை மு.வ. என்றும் நினைவு கூர்வார். செந்தாமரை, கள்ளோ? காவியமோ என்னும் புதினங்களில் நல்லாசிரியராக அவரைப் படைத்துள்ளார்.

சிறப்பாகக் குறிப்பிடத்தக்க இன்னொருவர் அன்று திருப் பத்தூர் கிறித்துவ ஆசிரமத் தலைவராக இருந்த 'அண்ணன்' ஆவர். இவர் மேனாட்டு கிறித்துவர். ஆங்கிலம், இலத்தீன் முதலிய மொழிகளில் பெரும்புலவர். கிறித்துவக் கொள்கை களை வாழ்வாகக் கொண்டவர்; பலர் வாழ்வுக்கு உதவி அரு ளால், பொருளால் வழிகாட்டி வாழ்வித்தார். இவர்தம் ஆசிரமத் தொண்டர்க்குத் தமிழ் கற்பித்து உதவுமாறு மு.வ.வைக் கேட்டுக் கொண்டார். அதற்கு இணங்கி நாள்தோறும் மாலையில் நடந்தே சில கல் தொலைவிலிருந்த ஆசிரமத்திற்குச் சென்று திருக்குறள் கற்பித்தார். ஒரு நாள் மாலை தமிழ்ப் பாடம் கற்பித்து விட்டு வெளியே வந்தால் ஒரே மேகக் கூட்டம்; மழை தொடங்கி விட்டது. குடையும் இல்லை. நீண்ட தூரம் கடந்து தன் இருப் பிடத்திற்கு வர வேண்டும். என்ன செய்வது என்று மு.வ. தயங்கிக் கொண்டிருந்த போது, ஒரு மாட்டு வண்டி இவர்முன் வந்து நின்றது. வண்டியோட்டியாக மாறியிருந்த அண்ணன் கனிவோடு மு.வ.வை வண்டியில் ஏறுமாறு கேட்டுக் கொண்டார். ''வண்டி யோட்டி முதலிய பணியாளர் பணி நேரம் முடிந்து போய் விட்டனர். இந்த மழையில் தாங்கள் எப்படித் தங்கள் இருப் பிடத்திற்குப் போய்ச் சேருவீர்கள். எனக்கு நன்றாக வண்டி யோட்டத் தெரியும். தயங்காமல் ஏறுங்கள்'' என்று புன்னகைத்த படியே மு.வ.வை ஏற்றிக் கொண்டு வீட்டில் விட்டு விட்டு மீண்டும் தனியே வண்டி ஓட்டிக் கொண்டு ஆசிரமம் சென்றார் (இந்த நூலாசிரியரிடம் உரையாடும் போது நேரில் அவர் கூறியது).

இந்த நிகழ்ச்சியை மு.வ. அடிக்கடி நினைந்து உருகுவார். 'கல்வியின் கரைகண்ட ஆங்கிலப் புலவர், பலருக்கு வாழ்வளிக் கும் வள்ளல், வழிகாட்டும் சான்றோர், ஓர் சாதாரணச் சிறு

பள்ளித் தமிழ் ஆசிரியர் ஒருவருக்காக வண்டி ஓட்டியாக மாறித் தொண்டாற்றினாரே!' எனக் கண்கலங்கக் கூறுவார். தம் தனி அறையில் கையளவில் வைத்திருந்த இரண்டே நிழற்படங்களில் ஒன்று திருப்பத்தூர் கிறித்துவ ஆசிரம பெரிய அண்ணன் சவரி ராசன் ஜேசுதாசு படம். மற்றது அவர் கற்று அனைவரும் கற்க வேண்டும் எனக் கருதிய அருள்நூல் ஆசான் இராமதீர்த்தர் படம் (*மொட்டை மரம் அருகில் கை இரண்டும் கட்டிக் கொண்டு நிற்கும் இராமதீர்த்தர் படம்*).

அவ்வப்போது அந்தக் காலத்தில் முனைத்து எழுந்து கொண்டிருந்த தன் கல்விச் செருக்கை இந்த நிகழ்ச்சி அடக்கியதாக, அண்ணனின் எளிவந்த தன்மை தம்மைப் பெரிதும் வயப்படுத்தி எளிய வாழ்வில் நிறுத்தியதாக நன்றியோடு குறிப்பிடுவார். ஆண்டுதோறும் புத்தாண்டு வாழ்த்தாக அவர் எதிர்பார்த்துக் காத்திருக்கும் வாழ்த்து திருப்பத்தூர் பெரிய அண்ணனின் வாழ்த்தே.

திருப்பத்தூர் கிறித்துவ குல ஆசிரமத்திற்கும் தமக்கும் உள்ள தொடர்பும் அதனால் தம் வாழ்வில் நிகழ்ந்த சிறந்த நிகழ்ச்சியும் குறித்து ஆனந்த விகடனில் பின்வருமாறு அவர் நினைவு கூர்கிறார். இதன்வழித் தம் நன்றியுணர்வை அவர் புலப்படுத்தக் காணலாம்.

திருப்பத்தூர் கிறித்துவ குல ஆசிரமத்தில் திருக்குறள் வகுப்பு நடத்தி வந்தேன். வகுப்பில் அமர்ந்து கேட்டவர்களுள் சான்றோர் இருவர் இருந்தனர். அவர்களே அந்த ஆசிரமத்தை நிறுவிய பெரியவர்கள். இருவரும் மருத்துவத் துறையில் சிறந்த பட்டம் பெற்றவர்கள். பிரிட்டனில் பயின்றவர்கள். இந்த நாட்டுக்கு வந்து, காந்தியடிகளின் எளிய தூய வாழ்க்கையால் கவரப் பெற்று, நாட்டு மக்களின் முன்னேற்றத்திற்குத் தொண்டு புரிந்தவர்கள். பெரியண்ணன் என்று அழைக்கப்படுபவர் பெயர் சவரிராயன் ஜேசுதாசன். திருநெல்வேலி மாவட்டத்தைச் சார்ந்தவர். சின்னண்ணன் என்று அழைக்கப்படுபவர் பாரஸ்டர் பேட்டன்; ஸ்காட்லாந்து நாட்டைச் சார்ந்தவர். அந்தக் காலத்தில் என் உள்ளத்தில் என் கல்வித் திறமை பற்றிய செருக்கு இருந்தது. என்னை விடப் படித்த பெரியண்ணனும் சின்னண்ணனும் அந்தச் செருக்கு ஒரு சிறிதும் இல்லாமல் ஏழை மக்களின் சீழுக்கும், இரத்தத்திற்கும் இடையில், அவர்கள் அறியாமைக்கும் மூடத்தன்மைக்குமிடையில் தொண்டு செய்

வதைப் பல நாளும் நேரில் கண்டுணர்ந்திருந்த போதிலும் என் நெஞ்சம் அந்த உயர் நிலையை அடையவில்லை. ஒரு நாள் பேசிக் கொண்டே சாப்பிட்டு முடித்துக் கையலம்ப எழுந்தேன். குழாயருகே சென்ற போது நான் மட்டும் வெறுங்கையோடு நிற்பதையும் மற்றவர்கள் ஒவ்வொரு வரும் சாப்பிட்ட தட்டைக் கழுவுவதற்காகக் கையில் ஏந்தி நிற்பதையும் உணர்ந்தேன். சின்னண்ணன் கையில் இரண்டு தட்டுக்களைக் கண்டேன். அவரிடம் சென்று என் தட்டைப் பெற முயன்றேன். அவர் இரண்டையும் உமி இட்டுத் தேய்க்கத் தொடங்கி என்னிடம் கொடுக்க மறுத்து விட்டார். அன்று என் வாழ்வில் பெரிய திருப்பம் நேர்ந்தது. கல்வி பற்றிய செருக்கு என் உள்ளத்தில் இருந்த சுவடு தெரியாமல் அழிந்தது. மூளையால் உழைக்காமல், கைகால் கொண்டு உழைக்கும் எவரைப் பார்த்தாலும் அவர்களும் என்னைப் போன்ற மனிதர்களே என்று மதிக்கும் மனப்பான்மை அமைந்தது.

(மு.வ.வின், 'சில நிகழ்ச்சிகளைத் திரும்பிப் பார்க்கிறேன்', ஆனந்த விகடன், 10.06.1973).

புகழ் வேண்டா

'வேண்டேன் புகழ்' என்னும் மணிவாசகர் ஆன்மீகச் சிந்தனையும், 'பொன்னை உயர்வை புகழை விரும்பிடும் என்னைக் கவலைகள் தின்னத் தகாது' என்னும் பாரதியாரின் தனி மனித உணர்வும் மு.வ. அறிந்தனவே.

ஆனாலும் அவர் சமுதாய நோக்கில் புகழின் இயல்பை - பயன்பாட்டை எண்ணிப் பார்த்து அதனை வெறுத்தார். திருக்குறளில் வரும் 'புகழ்' என்ற அதிகாரத்தைத் தமிழன் படிக்காமல் இருப்பது நல்லது என்றே சொல்லி வரலானார். அன்று சமுதாயம் இன்று போல் பரந்து கிடக்கவில்லை. ஒருவரை ஒருவர் நேரில் காணவும், ஒருவரைப் பற்றி ஒருவர் நன்றாகத் தெரிந்து கொள்ளவும் வாய்ப்பு அன்று இருந்தது. அதனால் உள்ளதைக் கூறிப் புகழ்தலையே சமுதாயமும் ஏற்றுக் கொண்டது. பொய்ப் புகழ்ச்சிக்கு வரவேற்பு இல்லை. 'இன்னா கூறிக் களித்தல் செய்யாதாகின்று எம்சிறு செந்நாவே' என்ற சங்கச் சான்றோர் கூற்றுக்கு ஏற்ப இல்லாததைச் சொல்லிப் புகழ்கின்ற இயல்பும் புலமைச் சான்றோர்களிடையே இல்லை. ஆனால், இன்று புகழ் அப்படி இல்லை. பத்திரிகைகள் வாயிலாகவும், விளம்பரங்கள் வாயிலாகவும் வருகின்ற புகழ்ச் 'சேய்மைப் புகழ்' என்றும்,

அன்று வாய்த்த புகழை 'அண்மைப் புகழ்' என்றும் மு.வ. பிரித்து விளக்கி, சேய்மைப் புகழ் எவ்வாறு பொய்ப் புகழாகிறது என்பதைத் தெளிவுபடுத்திப் புகழின் இயல்பை விளக்குகிறார். மேலும் அன்று வாழ்வின் நிறைவாக அமைந்த புகழ், இன்று வாழ்வின் தொடக்க நிலையில் வாணிகப் பயனுக்காகப் பயன் படுத்தப் பெறுதலையும் தம் எழுத்தின் வழி அவர் உணர்த்து கிறார். ஊஞ்சல் ஒன்றை ஒரு பக்கம் ஊக்கினால் எந்த அளவு இன்னொரு பக்கம் மேலெழுகிறதோ அந்த அளவு இன்னொரு பக்கமும் செல்லும் என்னும் உவமை காட்டிப் புகழுக்காக ஆசைப்பட்டு முயலுகின்ற ஒருவனுக்கு, அவன் முயற்சிக்கு ஏற்பப் பழியும் வந்து சேருகிறது என்ற உண்மையையும் அடிக் கடி எடுத்து உரைப்பார். 'தனித்தனி மனிதரைத் தலையில் வைத்து, வெறி கொண்டாடல் நெறியாகாது' என்ற திரு.வி.க. கருத்து முழுக்க முழுக்க அவர் ஒத்துக் கொண்டதாகும். இத்தகு புகழ் வெறியால் தமிழ்ச் சமுதாயம் பிளவுபட்டு, பிணக்குற்று, பழிக் கும் பாவத்திற்கும் ஆளாகும் நிலையைக் கண்டு வருந்தினார். 'ஞாலம் நின் புகழே பேச வேண்டும்' என்னும் ஞானசம்பந்தர் பாடல் அடியை எடுத்துக் காட்டி, பிரிநிலை ஏகாரத்தின் சிறப்பைப் புலப்படுத்துவார். இவ்வாறு புலப்படுத்தி, எந்தத் தனி மனிதப் புகழ் விழாவிலும் தாம் பங்கு கொள்ளாமல் ஒதுங்கிக் கொண் டார். தம்மைப் புகழ்ந்து போற்றுவதற்கெனப் பிறர் எடுக்கும் எல்லா முயற்சிகளையும் மறுத்தார்; வேரோடு களைந்தார். மாலை மரியாதைகளை மறுத்தார். அறுபதாண்டு விழா எடுக்க மாணவ அறிஞர் பெருமக்கள் முயன்ற போது அன்போடு கடிந்து அவர்களை விலக்கினார்.

'திருவள்ளுவர் அல்லது வாழ்க்கை விளக்கம்' என்ற நூலில் 'புகழ்' என்னும் அதிகாரத்திற்கு அவர் தரும் விளக்கம் இங்கு கருதத் தக்கது.

'...புகழை அண்மைப் புகழ் என்றும், சேய்மைப் புகழ் என்றும் இரு வகையாகப் பிரித்து உணரும் முறை யின் சிறப்புத் தெளிவாகும். அண்மைப் புகழ் என்பது ஒருவனைச் சுற்றி வாழும் மக்கள் அவனுடைய நற்பண்பு களையும் நற்செயல்களையும் அறிந்து புகழ்வது. சேய்மைப் புகழ் என்பது ஒருவனைச் சுற்றியுள்ளவர்கள் வெறுத்தாலும், பழித்தாலும், தொலைவில் உள்ளவர்கள் அவனுடைய உண்மையான பண்புகளை அறியாமல் சிற்சில செயல்களை மட்டும் அறிந்து புகழ்வது... இத்தகைய சேய்மைப் புகழைப்

'புகழ்' என்னும் தூய பெயரால் குறிப்பதும் பொருந்த வில்லை. ஆகையால் விளம்பரம் என்னும் பெயரால் குறிக்கலாம்.

(*திருவள்ளுவர் அல்லது வாழ்க்கை விளக்கம், பக். 381-382*).

தம் நூல்களுக்கு அவர் முன்னுரை யாரிடமும் பெறுவது இல்லை. தாம் பெரிதும் போற்றும் திரு.வி.க.விடம் மட்டும் தம் 'திருவள்ளுவர் அல்லது வாழ்க்கை விளக்கம்' என்ற நூலுக்கு முன்னுரை பெற்றுள்ளார். பின்னர், தம் புதினங்கள் நான்கனுக்குத் தம்மிடம் தமிழ் பயின்றவர்களில் முதல் குழுவினராகிய திரு. ம.ரா.போ. குருசாமி, திரு. சி. வேங்கடசாமி, திரு. ச. ரகுநாயகன், திரு. ரா. சீனிவாசன் ஆகிய நால்வரிடமும் அறி முகம் பெற்றுள்ளார். திரு.வி.க.விடம் பெற்றது நன்றியைப் புலப்படுத்த, மாணவர்களிடம் பெற்றது அவர்களைப் போற்றி உலகுக்கு உணர்த்த எனலாம்.

தம் நான்கு மாணவர்கள் 'அறிமுகம்' எழுதிய நான்கு புதினங்களாகிய **அல்லி, கரித் துண்டு, நெஞ்சில் ஒரு முள், அகல் விளக்கு** நீங்க மற்ற புதினங்கள் எதனுக்கும் அவர் எவரிடமும் முன்னுரையோ, அணிந்துரையோ, அறிமுகமோ பெற்றது இல்லை.

தாமும் தம் பல நூல்களுக்குக் குறிப்பு, நன்றி, ஒரு சொல் எனக் குறுகிய அமைப்பிலேயே நூல் பற்றிய தம் கருத்தைக் குறிப்பிடுவார்.

தமிழ் மொழிக்குப் புதிய வரவுகளாக மேனாட்டார் வழி வந்த நூல்களுக்கும், தமிழ் அகத்திணை இலக்கண மரபுப் பின் னணியிலேயே துய்க்கவல்ல அகத்திணை இலக்கிய நூல் களுக்கும் மட்டுமே நீண்ட முன்னுரை தந்துள்ளார். கற்போர் கற்கும் பொருளை நன்கு அறிந்து கொள்ள, உணர்ந்து கொள்ளத் தேவை என்று அவர் எண்ணிய போது அதற்கு நீண்ட முன் னுரைகள் எழுதியுள்ளார்.

அவர் முன்னுரை தருவதிலும் ஒரு கொள்கை வைத்திருந் தார். ஒருவருக்கு ஒரு நூலுக்கு மேல் முன்னுரை தருவது இல்லை என்பதே அது.

காலத்தைக் கண்ணாகக் கருதியவர்

மு.வ. தமிழ்ப் பேராசிரியராகப் பணியாற்றியவர். துறைத் தலைமை ஏற்றுப் பல்லாண்டுகள் செயலாற்றியவர். சிறுகதை, நாவல், நாடகம், கட்டுரை, ஆராய்ச்சி, மொழியியல் என்பன

வாக 82 நூல்கள் எழுதிய ஓர் எழுத்தாளர். சமுதாயத்தில் நூற்றுக்கணக்கான நண்பர்களுடனும் எழுத்தாளர்களுடனும் மாணவர்களுடனும் அரசியல் தலைவர்களுடனும் தொடர்பு கொண்டிருந்தவர். இப்படிப் பல்வேறு நிலைகளில் பற்பல இடங்களில் செயலாற்ற வேண்டியவரானார் அவர். இருந்தாலும் எல்லாவற்றையும் செம்மையாகச் செய்யும் திறன் அவருக்கு இருந்தது. அதற்குக் காரணம் அவர் எச்செயலையும் எண்ணி, திட்டமிட்டு உரிய காலத்தில் முடிப்பதை வாழ்வியல் அறமாக மேற்கொண்டிருந்ததே ஆகும். தம் வாழ்க்கைச் செயற்பாடுகளை ஆசிரியப் பணி, குடும்பப் பொறுப்புகள், உறவினர் - நண்பர் களுக்கு உதவுதல், சமுதாயத் தொண்டு என நான்கு கூறுகளாக வகுத்துக் கொண்டு, ஒழுங்காகச் செயலாற்றியவர் அவர். காலந் தவறாமையைக் கடவுள் மனிதனுக்கு வகுத்தளித்த அடிப்படை அறமாக மேற்கொண்டு பணியாற்றியவர். இதனால்தான் நல்ல ஆசிரியனாகவும், சிறந்த தந்தையாகவும, உற்றுழி உதவும் நண்ப னாகவும், சமுதாயத் தொண்டனாகவும் அவர் விளங்க முடிந்தது.

அவர் எளிமையானவர். என்றாலும் எளிதில் யாருடனும் பழக மாட்டார். ஆய்ந்து ஆய்ந்து உண்மையும் நன்மையும் உள்ள வரையே நண்பராகக் கொள்வார். அப்படிக் கொண்ட நண்பர் களுக்குரிய நலன்களைச் செய்வதில் பெரிதும் அக்கறை காட்டு வார். கொண்ட நண்பர்களால் ஓரிரு குறைகள் நேரினும், பழமை பாராட்டி அவற்றை மறப்பார். தம் இளமைக் கால நண்பர் களையும், மாணவர்களையும் வாழ்வில் எந்த அளவு உயர்த்த முடியுமோ அந்த அளவு உயர்த்தினார். தாம் தொடக்க காலத்தில் வீடின்றி வருந்தியதால் தம் மாணவர் அத்தகு துயருறக் கூடாது என்று அவரெல்லாம் வீடு கட்டிக் கொண்டு வாழும் வள முடையவராய் ஆகப் பல்லாற்றானும் துணை நின்றார்.

இன்னார், இனியார் என்றில்லாமல் வந்த கடிதங்களுக்கு உரிய பதில்களை உடனுக்குடன் எழுதி விடும் வழக்கம் அவர் பால் இயல்பாய் அமைந்திருந்தது. அவருடைய கடிதத்தால் நல் வாழ்வு பெற்றோர் பலர். அவர் வாழ்வில் எவரையும் குறை கூறிப் பழித்ததில்லை. தக்கவர்களைப் பாராட்டிப் போற்றத் தவறியதுமில்லை. நல்லவனாக - வல்லவனாக வாழ வேண்டும், எப்படியும் என்றில்லாமல் இப்படித்தான் வாழ வேண்டும் என்னும் வாழ்வியல் கொள்கையர்; நன்றி மறவா நல்லவர்; பழமை பாராட்டும் கேண்மையர்; ஆய்ந்தாய்ந்து கொள்ளும் நண்பர்.

உருவ வழிபாட்டைவிட இறைநெறி வழி நிற்பதை - கொள்கை வழி வாழ்வதைச் சிறப்பாகக் கொண்டவர். காலில் விழுந்து வணங்குவதைக் குற்றமாகக் கருதுபவர்; மரணத்திற்கு அஞ்சாதவர். அது இயற்கை என்ற தெளிவு உடையவர். தம் வாழ்வின் கடைசி நிமிடங்களில் தம் மனைவிக்குத் 'தைரியமாக இரு' என அறிவித்து விட்டு, "ஊனை நாடகம் ஆடுவித்தவா! உருகி நான் உனைப் பருக வைத்தவா!" என்ற மணிவாசகப் பெருமானின் வாக்கை நினைந்து, "ஆடலையே காட்டி எனது ஆடலொழிந்து ஆண்டு கொண்டான்" என்னும் தாயுமானவர் பராபரக் கண்ணியை நினைந்து பாடியபடியே மரணத்தைத் தழுவிக் கொண்ட வீரர் அவர்.

இறைநெறி

மு.வ. காட்டுக்குப் போகாத, தாடி வைத்துக் கொள்ளாத ஒரு மகரிஷி; காவி கட்டாத, மடத்தில் வாழாத ஒரு சந்நியாசி; மேற்கோள் காட்டாத ஒரு தத்துவ ஞானி; அடைமொழி வேண் டாத ஓர் அறிஞர். புத்தர் கடவுள் பற்றி எதுவும் கூறவில்லை; சீலத்தை வற்புறுத்தினார். மு.வ. அறநெறியில் நிற்பதே கடவுள் வழிபாடாகக் கண்டவர். சீல வாழ்வே கடவுள் வழிபாடாகக் கொண்டவர்.

'ஒரு தலைவனுக்குப் பூமாலை போடுவதை விட, அவனைப் போற்றிப் புகழ்வதை விட, அவன் உள்ளம் அறிந்து நெறி உணர்ந்து அந்த நெறியில் வாழ்பவனே, தலைவன், எண் ணத்தை ஈடேற்றுபவனே உண்மைத் தொண்டன் ஆவான். அப் படியே இறைநெறி இன்னதெனத் தெளிந்து, உணர்ந்து அவ்வழி யில் நிற்பவனே உண்மை பக்தன் ஆவான்' என்று அடிக்கடி வீட்டில் எடுத்துரைப்பார். உருவ வழிபாட்டைவிட உண்மையை வழிபடுவதில் ஆர்வம் காட்டினார். அவர்தம் இறுதி நூலாகிய 'நல்வாழ்வு' என்னும் நூலில் அவர்தம் இறைநெறிச் சிந்தனை கள் கீழ்வருமாறு பொதிந்து பொலியக் காணலாம்.

'பரம்பொருள் ஒன்று உண்டு. அது சிந்தையும் சொல்லும் கடந்த ஒன்று. அந்தக் கடவுளின் நெறியில் அன்பும் உண்மையும் ஒளிர்கின்றன. ஒவ்வொரு சமயத்திற்கும் தனித் தனியே ஒரு கடவுள் இல்லை. நாம் எந்தக் கடவுளை வழி படுகிறோமோ, அந்தக் கடவுளே மற்றச் சமயத்தாரையும் படைத்துக் காத்து வருபவர் என்ற தெளிவே ஆத்திகத்தின் முதல் படி. சமயங்களின் பெயரால் சடங்குகளின் பெயரால் போராடுவோர் கடவுள் நெறிக்கு அப்பாற்பட்டவர்கள். கடவுள்

எல்லா உயிர்களின் வாழ்வுக்கும் பொதுவான திட்டங்கள் வகுத்து, பொதுமையான ஆட்சி புரியும் ஒரு பெருஞ்சக்தி என்று உணர வேண்டும். உடம்பு ஒரு கருவி; ஏற்ற வகையில் அளவு அறிந்து தக்க உணவு தர வேண்டும்; கடிவாளம் இல்லாமல் விட்டுவிடக் கூடாது. சான்றோர்களின் வழியில் கடவுளின் ஆட்சி முறையை உணர்வதே மெய்யுணர்வு. உண்மையான கடவுள் நெறி உடையவன்... ஆடம்பரத்தை நாட மாட்டான். வாழ்க்கையில் விளங்க முடியாத சமயம் உண்மையான கடவுள் நெறி ஆகாது. எளிமை என்ற அறத்தைப் போற்றினால் போதும். கடமையைச் செய்யத் தவறுகிறவர்களுக்கு உரிமை கிடையாது. வாழ்வு வேண்டும்; அதற்குக் கருவியாக உடல் வேண்டும். கடவுளின் நாடகத்திற்குக் கருவியாகப் பயன்பட வேண்டும் என்ற அமைதியான உணர்வோடு, ஆசைகளையும் அல்லல்களையும் பெருக்கிக் கொள்ளாமல் வாழக் கற்றுக் கொள்ள வேண்டும். நம் வாழ்க்கையில் மூன்று கூறுகள் உள்ளன. உலகம், உடம்பு, மனம் என்பன அவை. எந்தச் சூழ்நிலையில் இருந்தாலும், எப்படிப்பட்ட உடம்பினுள் இருந்தாலும், ஒருவர் விடாமல் முயன்றால் விரும்பியபடி, மனத்தை வைத்துக் கொள்ள முடியும். நோன்புகள் மன வலிமை தரும்; பேசா நோன்பு மன வலிமையை வளர்க்கும். பொதுமை ஓர் அறம். எல்லோரும் கடவுளின் மக்கள்; கடவுளின் குடும்பத்தினர் என்று உணர்ந்து, சமுதாய வாழ்வு நடத்த வேண்டும்; குவியாடி குழியாடியாக விருப்பு வெறுப்புக்களால் உலகை நோக்காமல் நல்லாடியாகிய அருள்வழி உலகைக் கண்டு மனத்தை விரிவாக்கிக் கொள்ள வேண்டும். புகழும் பதவியும்தான் அல்லன்; பழியும் தாழ்வும் தான் அல்லன், தான் கடவுள் படைப்பில், கடவுள் குடும்பத்தில் ஒரு பகுதி என உணர்ந்தால் மனம் தெளிவுறும். குறுகி நிற்பது மனத்தின் இயற்கை அன்று; பரந்த நோக்கம் கொண்டு உயர்வதே அதன் இயல்பு. அப்படி வாழ்வது நீந்தக் கற்றுக் கொண்டு ஆற்றிலும் குளத்திலும் நீந்துவது போன்றது. இப்படி நெறி தெளிந்து மனத்தை உயர்த்த வல்லவர்கள், பிறவிக் கடல் நீந்துவோராய் வாழ்ந்து அமைதியும் இன்பமும் காண்பர்.'

2. பேராசிரியப் பெருந்தகை மு.வ.

விருது பெறாத ஒரு நல்லாசிரியர் பேராசிரியர் மு.வ. நல்லாசிரியர் ஒருவர்க்கு இருக்க வேண்டிய இயல்புகள் இன்

னின்ன என, இந்திய நாட்டுப் பண்பாட்டு வழியில் தோன்றிய கல்வி கற்பிப்போர் பாங்குகள் பலவற்றை 'நன்னூல்' ஆசிரியர் பவணந்தி முனிவர் தம் இலக்கண நூலில் பகுத்து இயம்புகிறார் (*நன்னூல் - நூற்பா 26*). அவற்றுள் உவமையாக அவர் குறிப் பிடும் நான்கு இயல்புகள் மிக இன்றியமையாதன. பவணந்தி யார் கூறும் குலன், அருள், தெய்வம், கொள்கை, மேன்மை, கலை பயில் தெளிவு, கட்டுரை வன்மை, உலகியல் அறிவு ஆகியவற்றோடு நிலம், மலை, நிறைகோல், மலர்நிகர் மாட்சி என உவமையாக அவர் குறிப்பிடும் சிறப்புகள் எல்லாம் பேராசிரியர் மு.வ.விடம் சிறப்பாக அமைந்திருந்தன.

இவர் கற்றன இவ்வளவுதாம் என்று வரையறுக்க முடியாத அளவு கற்றமை, மாணாக்கர் எழுப்பும் வினாக்களுக்கு விடையிறுப்பதில் பொறுமை, மாணாக்கரது உழைப்பிற்கு ஏற்ப உதவுதல், இவற்றில் நிலம் போன்று விளங்கினார்.

இவர் அறிவு இத்துணைதான் என்று எவராலும் அறிந்து எல்லை காண முடியாத உயர்ந்த பெருமிதத்தோடு கூடிய அகன்ற அறிவு, நுண்ணிய கருத்துக்கள், எண்ணத்தில் உறுதி, சேய்மையில் உள்ளாராலும் அறிந்து பாராட்டப்பெறும் சிறப்பு, வறியோர்க்கும் அறிவு வழங்கும் வண்மை இவற்றில் மலையை ஒத்து விளங்கினார்.

தாரசுக் கோல் போல் உண்மையை நுண்மையாக உணர்த் தும் திறன், கருத்து வேறுபாடு வரும் போது எப்பக்கமும் சாராமல் நடு நிலைமையோடு இருத்தலில் நிறைகோல் போன்று விளங்கினார்.

அறிஞர் குழுக்களிலும், கருத்தரங்குகளிலும் சான்றோர் அனைவரும் போற்றி வரவேற்கும் பெற்றியும், அனைவரும் பாராட்டும் புகழும், எவரையும் நோகச் செய்யாத மென்மையும், மாணவர்க்குப் பாடம் நடத்தும் போது மலர்ந்த முகமும் கொண்டிருந்ததில் மலரைப் போலும் விளங்கினார்.

ஒரு பாடத்தைத் தொடங்கும் போது அதன்பால் ஆர்வ மும், அதில் இடம்பெறும் பொருள் பற்றிய வேறுபட்ட கருத்துக்களும், அந்தக் கருத்து வேறுபாடுகளைக் கடந்து அதனைக் கற்பதன் இன்றியமையாமையும் பயனையும் பற்றி எல்லாம் முன்னுரையாக நடுநிலையோடு விளக்கம் கூறித் தொடங்குவது அவர் வழக்கம்.

எடுத்துக்காட்டாகத் திருக்குறள் அறத்துப்பால் பரிமேலழகர் உரைபாடமாக இடைநிலை வகுப்பு (Intermediate) 'டி' (D) பிரிவினர்க்குச் சென்னைப் பல்கலைக் கழகப் பாடத் திட்டத்தில் அமைத்திருந்தது. அதனைப் பச்சையப்பன் கல்லூரியில் மு.வ. நடத்துவது வழக்கம். திராவிடக் கழகம் சார்புள்ள, பொது உடைமைக் கொள்கைச் சார்புள்ள, காங்கிரஸ் கொள்கைச் சார்புள்ள பல மாணவர்கள் வகுப்பில் இருப்பர். அப்போது திருக்குறளுக்குப் பரிமேலழகர் உரை பற்றிய விவாதமும், பரிமேலழகர் ஒரு சார்பினர் என்ற கருத்தும் மக்களிடையே சில அறிஞர்களால் பரப்பப்பட்டு வந்தது. அதனால் மாணவரிடையே திருக்குறள், அதன் உரைகள், பரிமேலழகர் உரை பற்றிய தெளிவு எதுவும் இல்லாமல் பரிமேலழகர் உரை மீது வெறுப்பு மட்டும் நிலவி வந்தது. தான் கற்கப் போகும் ஒரு நூலின்பால், நூல் உரையாசிரியர்களின்பால் கற்பார்க்கு ஈடுபாடு வேண்டும்; வெறுப்பிருக்கக் கூடாது. அதற்காக முதலில் திருக்குறள் உரையாசிரியர் பற்றிப் பொதுவாகச் சில கூறி அவர்களுள் பரிமேலழகர் உரையின் ஏற்றத்தை எடுத்தியம்புவார்.

'நேற்று ஒருவர் கூறிய கருத்தை இன்று ஒருவர் எடுத்துரைக்கும் போது கூட, கூறியவர் மன நிலையை உணர்ந்து அவர் கருத்தை விளக்கப் பலர் தவறி விடுகின்றனர். இரண்டாயிரம் ஆண்டுகளுக்கு முன் வாழ்ந்த திருவள்ளுவர் உள்ளக் கிடையைப் பல நூறு ஆண்டுகள் பின் தோன்றிய பரிமேலழகர் உணர்ந்து உரை விளக்கம் தருவதில் ஒரு சில இடங்களில் தவறி இருப்பது உண்மையே. ஆனால் திருக்குறளை, திருவள்ளுவரை உணர்ந்து கொள்ள மற்ற உரையாசிரியர்களை விடப் பெரிதும் வழிகாட்ட வல்லது பரிமேலழகர் உரையே. இப்போது புத்துரை எழுதுபவர்கள்கூடப் பரிமேலழகர் உரையை நன்கு பயின்ற பின்னர்தான் திருக்குறளுக்கு உரை எழுதுகின்றனர்' என்று மாணவர் மனத்தை முதலிலேயே தூய்மைப்படுத்தி, பண்படுத்தி, நன்கு உழுபவனைப் போலப் பின் கருத்துக்களை விதைப்பார்.

முன்பு குறிப்பிட்டது போலத் தமிழ் இலக்கணம் முழுதும் அவர்க்கு மனப்பாடம். அது மட்டும் அல்லாமல் 'ஒன்றாகக் காண்பதே காட்சி' என்பது போல ஒவ்வோர் இலக்கண நூலையும் அடிதொட்டு முடிவரை முழுமையாக, முறையாக, தெளிவாகக் கற்றவர் அவர். ஒரு நகரத்தைக் காண்பதற்கு முன் அதன் வரைபடத்தின் வழி அந்த நகர அமைப்பைக் காட்டும் வழி

காட்டி போல் நாம் கற்பிக்கப் போகும் இலக்கண நூல் அமைப்பை அதன் முழுமையை முதல் பாடத்திலேயே கற்கும் மாணவர் நெஞ்சு கொள்ளுமாறு உணர்த்தி விடுவார். அவருடைய தலை மாணாக்கர் ம.ரா.போ. குருசாமி தாம் மு.வ.விடம் பெற்ற முதல் வகுப்பு அனுபவத்தைப் பின்வருமாறு கூறுவதிலிருந்து இதனை அறியலாம்.

> ''1940ஆம் ஆண்டு வகுப்பறைக்கு முதன்முதல் நான் சென்ற போது முதன்முதல் கேட்ட வகுப்பு இன்றும் எனக்கு நன்றாக நினைவிருக்கிறது. நான் பச்சையப்பன் கல்லூரியின் மாணவன். மு.வ.தான் எங்களுக்கு 'டி' பிரிவில் முதல் வகுப்பு எடுத்த ஆசிரியர். அன்று கற்பிப்பதற்கு உரிய பாடம் 'யாப் பருங்கலக் காரிகை'. எங்களுள் பலர் உயர்நிலைப் பள்ளியி லிருந்து நேரே கல்லூரிக்கு வந்தவர்கள். கல்லூரிக் கல்வி பற்றி ஏதும் அறியாதவர்கள். அன்று தமிழ் கற்கும் மாண வர்கள் பரிதாபத்திற்கு உரியவராகக் கருதப்பட்டனர். மு.வ. முதலான தமிழாசிரியர் குழு மேற்கொண்ட உண்மையான, உருக்கமான முயற்சியால் தமிழ் மாணவர்கள் பெருமைக்கு உரியவராகக் கருதப்பட்டனர். பச்சையப்பன் கல்லூரிப் படிக்கட்டும் பைந்தமிழ் பாடும்.
>
> முதல் வகுப்பிலேயே யாப்பருங்கலக் காரிகையை மு.வ. நடத்தத் தொடங்கியவுடன் பிறப்பிலேயே திருவுடை ஆசிரியர் பெருமகன் முன் நாங்கள் இருப்பதாக உணர்ந் தோம். ஒரே ஒரு மணி நேரத்தில் அந்த நூலின் சாரத்தை அதன் பொருட்பாட்டை நாங்கள் எல்லாம் அறிந்து கொள்ளு மாறு செய்து விட்டார். பள்ளியிறுதி வகுப்பில் உயர்நிலைப் பள்ளியில் நாங்கள் தமிழ் யாப்புப் பற்றி என்ன அறிந் திருக்க வேண்டுமோ அவற்றையெல்லாம் எங்கள் நினைவு க்குக் கொண்டு வந்தார். அந்த ஒரு மணி நேரத்தில் (*யாப்பி லேயே மிகக் கடினமான*) வெண்பா இயற்றும் வெறியை எங்களுக்குள் தோற்றுவித்து விட்டார். அன்று அப்போதே நான் இயற்றிய வெண்பாவை வேறு துறை மாணவர்கள் எல்லாரும் கேட்டுப் பாராட்டியது இன்னும் எனக்கு நினைவு இருக்கிறது.'' *(A Professor, Dr. M.V., P. 13)*

காட்சிக்கு எளியர், கனிவாக மாணவரிடம் பழகுபவர். அவர் பச்சையப்பன் பேராசிரியராகப் பணியாற்றிய ஐம்பது - அறுபதுகளில் தமிழகம் அறிந்த ஒரு தலைசிறந்த எழுத்தாளராக அனைவராலும் மதிக்கப் பெற்றார். தமிழ் இளைஞர் சமுதாயம் தங்களுக்கு வழிகாட்டும் ஒரு தமிழ்ச் சான்றோராகக் கொண்டு

அவர் வழி நின்றனர். தமிழினத் தலைவராகத் தமிழர் அவைரும் நினைந்து பெருமிதம் உற்றனர். இத்துணைச் சீர்மையும் சிறப்பும் தன்னகத்தே கொண்டவராய் இருந்தாலும் மிக எளியவராகவே தம் ஆசிரியப் பணியை ஆற்றினார். மாணவர் தமிழ் மொழி, இலக்கியம் பற்றிய ஐயங்களை எப்போதும் அவரிடம் அணுகி வந்து கேட்பதற்கு எளியராக விளங்கினார். எப்போது எந்தப் பாடம் பற்றி ஐயம் கேட்டாலும் அது இலக்கியம் ஆயினும் சரி, இலக்கணம் ஆயினும் சரி, இலக்கியத் திறனாய்வு ஆயினும் சரி, மொழியியல் ஆயினும் சரி, உடனுக்குடன் தம் நினைவிலிருந்து எடுத்துரைத்துத் தெளிவு செய்யும் அளவு அவர்க்கு ஆழ்ந்து அகன்று நுண்ணிய நூல் திறன் இருந்தது.

மொழி நூல், இலக்கியத் திறன் முதலிய புதிய பாடங்கள் நடத்தும் போது மாணவர்க்குத் தம் கையில் வைத்துள்ள அஞ்சல் அட்டை அளவே உள்ள குறிப்புகளிலிருந்தே நீண்ட நேரம் வகுப்பு நடத்துவார். அந்தச் சிறு குறிப்பையே மாணவர்கள் எழுதிக் கொண்டு மீண்டும் சிந்தித்து எழுதி வைத்துக் கொள்ளு மாறு வழிகாட்டுவார். ‘பாடத் துணைவன்’ என்று இன்று வரும் ஆசிரியர் பலர் வகுப்பில் தொடர்ந்து எழுதிக் கொள்ளுமாறு கூறும் அந்தச் சிந்தனையைத் தூண்டாத, மாணவரின் தனித் தன்மையை வளர்க்காத தவறான முறையை அவர் என்றும் பின் பற்றியது இல்லை.

வகுப்பறையில் பாடத் திட்டப்படி முறையாகக் கற்பிப்ப தோடு வெளியே மாணவர்களின் இன்ப துன்பங்களை, உலக வாழ்வில் அவர்கள் எதிர்கொள்ளும் சிக்கல்களைப் பொறுமை யாகக் கேட்டு, அவற்றைச் சிந்தனைத் தெளிவோடு எப்படி எதிர் கொள்வது, எப்படி விடுவிப்பது என்றெல்லாம் வழிகாட்டுவார். சிக்கல்களிலிருந்து ஒதுங்கிச் செல்லவும், சிக்கல்களை ஒதுக்க வும் அவர் விரும்பார். சிக்கல்களைக் எதிர்கொண்டு எப்படி எப்படி எல்லாம் தீர்வு காண்பது என்ற சிந்தனைத் தெளிவை, மன உறுதியைத் தம்மை அணுகிய மாணவர்க்கு வழங்கியதில் மு.வ. சிறப்பான பேராசிரியர். சில போது பொருளாதாரக் குறை வால் வருந்தும் மாணவர் நிலை கண்டு யாரும் அறியாமல் யாருக்கும் தெரியாமல் ஏதோ ‘ஓர் அறக் கட்டளை நிதி இது’ என்று தம் சொந்தப் பணத்தை மாணவர்க்குக் கொடுத்து அவர் கள் நெஞ்சு வறுமையில் வாடாமல் கல்வியில் ஊன்றத் துணை செய்யும் தந்தை உணர்வும் பேராசிரியர்பால் அமைந்திருந்தது.

விடுதியில் தங்கிப் படிக்கும் வெளியூர் மாணவர் பலர் அவ்வப்போது அவர் இல்லத்திற்கு வருவர். அப்போதெல்லாம் தந்தை போல் அறிவு வழங்குவதோடு தாய் போல் உணவும் வழங்கிப் போற்றுவார். ஆண்டு தோறும் ஓரிரு மாணவர் தம் இல்லத்திலேயே தங்கிப் பயிலவும் வாய்ப்பளித்த ஏழை பங்காளனாகவும் பேராசிரியர் விளங்கினார்.

சிறந்த படைப்பிலக்கிய எழுத்தாளராக, சிந்தனை பொதிந்த கட்டுரையாளராக, புதுமை புலப்படுத்தும் ஆராய்ச்சியாளராக எப்போதும் படித்துக் கொண்டும், உலகியலைப் பார்த்துக் கொண்டும், எழுதிக் கொண்டும் இருந்தார் பேராசிரியர். ஆனால், அதற்காக ஆசிரியப் பணிக்கு உரிய காலை 10 மணி முதல் மாலை 5 மணி வரை உள்ள நேரத்தில் ஒரு நிமிடம்கூட பிற பணிக்குச் செலவிட மாட்டார். உரிய முறையில் தவறாமல் கல்லூரியில் தமிழ்த் துறையில் இருந்து கற்பிப்பதை ஒரு தவமாகக் கொண்டு திகழ்ந்தார். குளிர்கால விடுமுறையாகச் சனவரி யில், கோடைக்கால விடுமுறையாக மார்ச்சு - ஏப்ரலிலேயே அவரது நூல்கள் எல்லாம் எழுத்துருவம் பெற்று உருவாகி விடும். பாட நேரத்தை - படிப்பிக்கும் நேரத்தைப் பொன் போல் மதித்து முதலிடம் அதற்கே தந்து தம்மை அந்த நேரங்களில் முழுமை யாக அர்ப்பணித்துக் கொண்ட பேராசிரியர்ப் பெருமகன் அவர்.

பச்சையப்பன் கல்லூரியில் பணி செய்த 23 ஆண்டுகளில் ஒரு நாள் கூட நேர்வு விடுப்பு (Casual leave) எடுக்காத முழு நேர ஆசிரியர் அவர்.

மாணவர்கள் கற்றுத் தேர்ந்த பின்னரும் அவர்கள் தொழில் பெறுவதில், குடும்பம் நடத்துவதில், பொருள் வளம் பெற்றுச் சொந்த வீடு கட்டிக் கொண்டு வாழ்வதில் எல்லாம் எப்போதும் தோன்றும் துணையாக உடனிருந்து தாயாகித் தந்தையுமாய்த் தாங்கினார்.

இவ்வாறு அறவோராய், அறிஞராய், அன்பராய், நண்பராய், அப்பாவாய், அம்மாவாய் இருந்து மாணவர்க்கு ஆசிரியப் பணி வழி தொண்டாற்றியவர் பெருந்தகு பேராசிரியர் மு.வ. ஆவர்.

3. படைப்பிலக்கியவாதி மு.வ.

எழுத்தாளர் மு.வ. தமிழில் இரு வேறு நோக்கில் பாராட்டுவதற்கு உரியர். இலக்கியப் படைப்பாளர் நோக்கு

ஒன்று; இலக்கியத் திறனாய்வாளர் நோக்கு மற்றது. இலக்கியத் திறனாய்வாளர் நோக்கில் அவர் எழுதிய திறனாய்வுக் கொள்கை பற்றிய நூல்கள், இலக்கியம் தொடர்பான திறனாய்வு நூல்கள் என்பன அடங்கும். படைப்பிலக்கிய நோக்கில் பார்த்தால் அவர் இயற்றிய புதினங்கள் (*நாவல்கள்*), சிறுகதைகள், நாடகங்கள், சிறுவர் இலக்கியங்கள், கடித நூல்கள், கி.பி. 2000 ஆகியன இடம்பெறும். மற்ற நூல் யாவற்றிலும் அவர் எழுதிய புதினங்களே அவரைத் தமிழக மக்கள் அனைவர்க்கும் சிறப்பாக அறிமுகப் படுத்தியதாலும், **அகல் விளக்கு** என்னும் புதினத்திற்கே அவர்க்கு சாகித்திய அகாதமி பரிசளித்துப் பெருமைப்படுத்தி உள்ளதாலும் மு.வ. புதினங்கள் இங்குச் சிறப்பாக நோக்கப் பெறுகின்றன.

படைப்பிலக்கியங்கள் - புதினங்கள்

> சிறந்த படைப்பிலக்கியங்களைத் தோற்றுவிப்பவர்களை இறைவனின் செல்லப் பிள்ளைகள் என்று நினைக்கத் தோன்றுகிறது. அவர்களைச் சமுதாயம் போற்றிப் பயன் படுத்திக் கொள்ள வேண்டும். நான்கூடத் தொடர்ந்து துணை வேந்தராகப் பணி செய்வதைவிட, இந்தப் பொறுப்பில் இருந்து ஓய்வு பெற்று, எங்காவது தனிமையை நாடிச் சென்று இன்னும் சில நாவல்களை எழுத விரும்புகிறேன். அதில் தான் எனக்கு முழுமையான மன நிறைவு ஏற்படுகிறது. (*மு.வ., நினைவு மலர், ப. 3*)

இது மு.வ.வின் விருப்பு மட்டுமன்று; தம் சமுதாய - பொருளாதாரச் சிந்தனைகளை மக்களிடம் வழங்குவதற்குத் தம் காலத்தில் வாய்த்த எளிய சாதனமாக 'நாவல் இலக்கிய வகைமையை' அவர் கருதியதும் இங்குக் குறிப்பிடத்தக்கது. மேலும் சிந்தனையை வெளியிடும் கட்டுரை, கவிதை, நாடகம் முதலிய படைப்பிலக்கிய வகைமைப்பாடுகளுள் நாவல் தனக்கு இயல்பாகக் கைவந்திருப்பதாக அவர் கண்டு கொண்டமையும் தொடர்ந்து அவர் நாவல்கள் எழுதியமைக்கு ஓர் அடிப்படைக் காரணமாகும்.

நாவல் எழுதுவதன் வழி இவர் மூன்று பணிகளைச் செய்து வந்தார். முதலாவது, மேலே குறிப்பிட்டது போலத் தம் சிந்தனைகளை மக்களிடையே பரப்பியது. இரண்டாவது, ஒரு குறிப்பிட்ட சிலருக்காக என்றில்லாமல் நாவல் என்பது அனைவருக்கும் உரியது, கல்விக் கழகங்களில் பாடமாகப் பயிலத் தக்கது. இன்னும் தகுதிப்பாடு நாவல்களுக்குக் கிடைக்குமாறு

செய்தமை, மூன்றாவது ஆனால் மிகவும் முக்கியமானது, ஓர் இனமொழி, ஓர் இடமொழி என்றில்லாமல் சிறந்த புலவர் மொழி, மரபு கடந்த, மரபை மறந்த, மரபை மதிக்காத பாமரர் மொழி என்றில்லாமல் அனைவரும் ஏற்கத் தக்க பொதுத் தமிழ் மொழி நடை ஒன்றை உருவாக்கியது ஆகும்.

''நாவல்கள் என்று சொல்லப்படும் நெடுங்கதைகளைத் தூய தமிழில் எழுத முடியும்; நல்ல கருத்துக்களைச் சொல்லவும் நாவல்களைப் பயன்படுத்திக் கொள்ள முடியும்'' என்று செய்து காட்டிய பேரறிஞர் அவர் (*மு.வ. நினைவு மலர், ப.* 222) என்ற கி.வா.ஜ. கூற்று இதற்கு அரணாக அமைகிறது.

தாம் வாழ்ந்த சமுதாயத்தைப் படைத்துக் காட்டும் போது தனி மனிதனை அன்போடும், அருளோடும், பரிவோடும் படைத்த ஒரு பாங்கினை அவரிடம் காணலாம். மேலும் தமிழர் களிடத்தில், தமிழனுடைய சிந்தனையில், அவன் பின்பற்றி வந்த பண்பாட்டில் - வாழ்வு நெறியில் பயனிழந்த கூறுகளை அதன் வளர்ச்சிக்குத் தடையாக இருந்த கருத்துக்களை - செயல் களை - மூடப் பழக்க வழக்கங்களைத் தெளிவாக, விரிவாகத் தாம் படைக்கும் பாத்திரங்கள் வழி பேச்சாகவும், செயலாகவும் எடுத்துரைத்து உணர்த்தினார்.

> 'நாடகத் துறையில் எல்லாக் காலத்திலும் இருந்து வரும் குறை ஒன்று உள்ளது. கலை, அழகை அடிப் படையாகக் கொண்டது; உயிராகக் கொண்டது. காலங்களின் கவர்ச்சியையே பெரிதாகக் கருதி நாட்டு மக்களின் ஒழுக்கத்தைப் பற்றிக் கவலைப்பாடமல் படைத்தனர். வாழ்க்கைக்குக் கேடு விளைவிக்கும் அளவிற்குக் கலையின் கவர்ச்சி அமையலாமோ என்று கேட்டால் உள்ளதை உள்ள படி காட்டுதல் கடமை அல்லவா என்று காரணம் கூறினர். இளைஞர்களின் மனம் கெட்டால், ஒழுக்கத்தில் பற்று தளர்ந்தால் சமுதாயம் கெடுமே என்று வருந்தினர் சான்றோர் பலர். 'கலை கலைக்காகவே' என்னும் கொள்கை, கலை களை வளர்ப்பதற்கு மாறாக வாழ்க்கையைப் பாழ்படுத்திக் கலைகளையும் மதிப்பிழக்கச் செய்யும் என்று எடுத்துரைத் தனர். 'கலை வாழ்க்கைக்காகவே' என்று குரல் எழுப்பினர்.'

(*மு.வ. 'கலை கலைக்காகவே', கலைமகள் தீபாவளி மலர்,* 1967)

'கலை வாழ்க்கைக்காகவே' என்ற கொள்கை உடையவர் மு.வ. எனவே, அவர்தம் வாசகனை எந்த வகையிலும் வெறிய னாக ஆக்காமல், காமமாக இருந்தாலும், காதலாக இருந்தாலும்,

அரசியலாக இருந்தாலும், சீர்திருத்தமாக இருந்தாலும் அந்தந்த நிலையில் அவன் ஒரு நெறியாளனாகவே வளர்க்க விரும்பினார். அதனால் கலை சிறிது குறையுமானாலும் அதற்காக அவர் கவலைப்பட்டதுமில்லை.

> நான் இப்பொழுது வகித்து வரும் மதுரைப் பல்கலைக் கழகத் துணை வேந்தர் பதவியிலிருந்து சில ஆண்டுகளில் ஓய்வு பெற்று விடலாம். அதற்குப் பின்னர் சில ஆண்டுகள் ஆராய்ச்சிப் பேராசிரியராக இருந்து அதிலிருந்தும் ஓய்வு பெறலாம். ஆனால், என்னுடைய வாழ்க்கையின் கடைசி மூச்சு உள்ளவரை நான் ஓய்வு பெற முடியாத - ஓய்வு பெற விரும்பாத ஒரு துறை உள்ளது. அதுதான் எழுத்துத் துறை. அது என்னுடைய உயிருடன் கலந்து விட்ட ஒன்று. என் உடலிலே சக்தி இருக்கும் வரை எழுதிக் கொண்டே இருப்பேன். எழுத முடியாத ஒரு நிலை வந்தல் மற்றவர்களை எழுதச் சொல்லி நான் கூறிக் கொண்டே இருப்பேன்.

(*இரா. தண்டாயுதம், மு.வ. நினைவு மலர், ப.* 66)

தமிழ்ப் பேராசிரியனாய், சமுதாயச் சீர்திருத்தவாதியாய், தமிழ்ப் பற்றாளராய், துணை வேந்தராய் — பல துறைகளில் பணியாற்றிய மு. வரதராசன் தம்மை ஓர் எழுத்தாளனாகவே அறிமுகப்படுத்திக் கொள்ள, ஓர் எழுத்தாளனாகவே வாழ விரும்பினார். அவர் எழுத்துப் பணி, படைப்பிலக்கியப் பணி, பிற ஆராய்ச்சிக் கட்டுரைகள் முதலிய பணி, ஆக, இருவகையாக அமைந்துள்ளது. ஆராய்ச்சி, திறனாய்வு, சங்க இலக்கிய வகைகள் பற்றிப் பல நூல்கள் எழுதியிருந்தாலும் படைப்பாளராகவே அவர் தமிழ் உலகில் சிறப்புற்றார். படைப்பிலக்கியப் பணி அவர் மேற்கொண்ட சிறப்புப் பணி; பிற பொது.

இத்தகைய படைப்பாளர் மு.வ.வை அவர் காலத்தில் வாழ்ந்த நாவல் ஆசிரியர்கள் ஏற்றுக் கொள்ளவில்லை. அதே நேரத்தில் தமிழ் ஆசிரியர்கள் அவர் படைப்பின் போக்கை ஒத்துக் கொள்ளத் தயங்கினார்கள்; பழிக்கவும் செய்தனர். இப்படியே மிகப் பிற்போக்குவாதிகள் இவர்தம் சீர்திருத்த சிந்தனைகளை நாத்திக வாதமாகக் கொண்டனர். இன்னும் முற்போக்குவாதிகளோ இவரை ஒரு சமுதாய சீர்திருத்தக்காரராக ஏற்றுக் கொள்ள மறுத்தனர். இப்படியே செல்வர், செல்வாக்கு உள்ளவர் சிலர், இவர்தம் பொருளாதாரச் சீர்திருத்த சிந்தனைகளைக் கண்டு நகைத்தனர்.

பொருளாதார வர்க்கப் போராளிகள், இவரைத் தங்கள வராக ஏற்றுக் கொள்ளவில்லை. இப்படி எழுத்தாளர்களால், சமு தாயச் சீர்திருத்த சிந்தனையாளர்களால், பொருளாதார வர்க்கப் போராளிகளால் ஏற்கப் பெறாதவராக - ஒதுக்கி ஓரங்கட்டப் பெற்றவராக இருந்தும், தாம் கொண்ட நெறியிலிருந்து, எழுத்துக் போக்கிலிருந்து சிறிதும் மாறாமல், திண்மையாக - திறம்படத் தொடர்ந்து எழுதித் தமக்கு உரிய இடத்தைத் தமிழ்மொழி இலக்கிய வரலாற்றிலும், சமுதாய அமைப்பிலும், பொருளாதார வளர்ச்சியிலும் நிலைநாட்டிக் கொண்டார்.

1945லிருந்து 1960 வரை எழுதிய தம் புதினங்கள் வழி தமக்கென ஓர் இளைஞர் சமுதாயம் ஒன்றையும் இவர் உரு வாக்கிக் கொண்டது குறிப்பிடத் தக்கது. ஆண்-பெண், இளையர் -முதியோர், பெற்றோர்-பிள்ளைகள், நல்லவர்-கெட்டவர் என்ற பல்வேறு நிலையினராகிய அனைவரும் விரும்பிப் படிக்க வல்ல நாவல்களை அந்தக் காலகட்டத்தில் இவர் அளித்ததால், மு.வ. என்ற சொல் தமிழர்களிடத்தே அப்பொழுது ஓர் ஈரெழுத்து மந்திரமாகவே வழங்கி வந்தது.

எழுத்தாளர்

> 'சாசரும் ஷேக்ஸ்பியரும் பத்தொன்பதாம் நூற்றாண் டிலோ இந்த நூற்றாண்டிலோ பிறந்திருந்தால், அவர்களுடைய எழுதுகோல் பாட்டுத் துறையில் மிகுதியாக முனையாமல், நாவல் துறையில் தொண்டாற்றியிருக்கும்.
>
> நாவல்களுக்கு உள்ள ஆற்றலும் செல்வாக்கும் மிகுதி. மக்கள் பெரும்பாலோர் படித்து உணரக் கூடிய இலக்கியமாக இருப்பதால் இது சமுதாயத்தின் போக்கையே திருத்த வல்லதாகவும் மாற்றியமைக்கக் கூடியதாகவும் உள்ளது.'
>
> மு.வ.

தாம் வாழ்ந்த சமுதாயப் போக்கைத் திருத்தவும் மாற்றவும் விழைத்த மு.வ. என்னும் எழுத்தாளர் தம் எழுத்துத் திறத்தை யெல்லாம் பெரிதும் நாவல், சிறுகதை, இலக்கியப் படைப் பிற்கே பயன்படுத்தினார். அவர் எழுதிய மொழியியல், சமுதாயம், நாட்டுப் பற்று முதலான அறிவியல் சார்ந்த கட்டுரைகள் கூடப் பொது மக்களுக்குப் பயன்படுமாறு கற்பனை நலம் தோய்ந்தன வாக அமைந்திருந்தன.

புதினங்கள், புனை கதைகள், சிறுகதைகள், நாடகங்கள், கடித இலக்கியம், பயண இலக்கியம், வாழ்க்கை வரலாறு,

இலக்கிய வரலாறு, இலக்கிய ஆராய்ச்சி விளக்கம், அறிமுகம் ஆகிய ஆராய்ச்சி நூல்கள், இலக்கியக் கொள்கைகள், இலக்கிய நலம், புலமைத் திறம் பற்றிய திறனாய்வு நூல்கள், நாடு, மொழி, சமுதாயம், அரசியல், கல்வி, உளவியல் பற்றிய கட்டுரை நூல்கள், உரை நூல்கள், சிறுவர் நூல்கள் என எண்பதிற்கும் மேற்பட்ட நூல்களை எழுதியுள்ளார்.

இவற்றோடு இவர் முனைவர் பட்ட ஆய்வுக்காக எழுதிய, 'பழந்தமிழ் இலக்கியத்தில் இயற்கை' (The treatment of nature in Sangam Literature) சாகித்திய அகாதெமிக்காக எழுதிய 'இளங்கோ அடிகள்' என்னும் ஆங்கில நூல் ஆக 85 நூல்கள் எழுதியுள்ளார்.

தொழிற்புரட்சி, தொலைபேசி, தொலைக்காட்சி, விண்ணூர்தி முதலான அறிவியல் கண்டுபிடிப்புகள் மனிதனுக்குக் கால, இடக் கட்டுக்களிலிருந்து பெரிதும் விடுதலை அளித்தன. சமய, சமுதாய, அரசியல், பொருளாதாரச் சிந்தனைகளில் அவை புதுமை சேர்த்தன. இத்துறைகளில் எல்லாம் உலக நாடுகள் விழிப்புணர்வும், விடுதலை வேட்கையும் உற்றன.

அதனால் இருபதாம் நூற்றாண்டு, மானிட அறிவுக்கும் உணர்வுக்கும் ஆழத்தையும், அகலத்தையும், ஆற்றலையும் அளித்தது. இந்தப் பின்னணியில் மானிட வளர்ச்சிக்கும், உயர்ச்சிக்கும் அடிப்படைக் காரணியாகிய மொழி நிலையில் பல புதுமைகள் அமைந்தன. சொல்லாட்சியில், இலக்கிய வடிவில், உரை பொருளில் பல மாற்றங்கள் தோன்றின; தோற்றுவிக்கப் பட்டன. மேலை நாடுகளில் சிறப்பாக ஆங்கில மொழியில் தோன்றிய இந்த மாற்றங்களும் புதுமைகளும் ஆங்கிலம் வழங் கிய நாடுகளில் எல்லாம் பரவி செல்வாக்குறுத்தின. இத்தகு செல்வாக்கை ஏற்றுக் கொண்டு தமிழ் மொழியைப் பல்லாற் றானும் வல்ல மொழியாய், வளமார்ந்த மொழியாய் ஆக்கிய மொழிச் சான்றோர்களுள் சிறந்த இடம் ஒன்று மு.வ.வுக்கு உண்டு.

முன்பு குறிப்பிட்டது போலப் பல்வேறு மொழி, இலக் கியத் துறைகளில் மு.வ. ஈடுபட்டாலும் அவர் மனிதரிடத்தில் சிறப்பாகத் தமிழ் மக்களிடத்தில் கொண்ட நேயமும், நேர்மை யும் நாவல் இலக்கியம் படைக்கவே அவரைப் பெரிதும் தூண் டின. பிற நூல்களில் அவர் அறிவுறுத்திய செய்திகளில் தக்கன வற்றை எல்லாம் உணர்வுகளாக்கிக் கற்பனை நலத்தோடு குழைத்து

நாவல் இலக்கியமாக மக்களுக்கு வழங்க அவர் எழுத்துத் திறத்தை, இதய வளத்தைப் பயன்படுத்திக் கொண்டார்.

தமிழ் நாவல் இலக்கிய வரலாற்றில் அவருக்கு முதலிடம் இல்லை என்பது உண்மையே. ஆயினும் தம் காலத் தமிழ் மொழி வளர்ச்சிக்கும், வளத்துக்கும் ஏற்ற தமிழ் நாவல் நடை ஒன்றை உருவாக்கி அளித்ததில் மு.வ.வுக்கு முதன்மையிடம் உண்டு என்பதை இருபதாம் நூற்றாண்டுத் தமிழ் மொழி வாழ்வும் வரலாறும் விருப்பு வெறுப்பின்றித் தெளிந்தோர் அனைவரும் ஏற்பர்.

தமிழ் வசன நடை இப்பொழுதுதான் பிறந்தது. பல வருஷமாகவில்லை. தொட்டிற் பழக்கம் சுடுகாடு மட்டும். அதனால் இப்போதே நமது வசனம் உலகத்தில் எந்த பாஷையைக் காட்டிலும் தெளிவாக இருக்கும்படி முயற்சி செய்ய வேண்டும். வசன நடை, கம்பர் கவிக்குச் சொல்லி யது போலவே, தெளிவு, ஒளி, தன்மை, ஒழுக்கம் இவை நான்குமுடையனவாயிருத்தல் வேண்டும். இவற்றுள் ஒழுக்க மாவது தட்டுத் தடையில்லாமல் நேரே பாய்ந்து செல்லும் தன்மை. நமது தற்கால வசன நடையில் சரியான ஓட்ட மில்லை. தள்ளாட்டம் அதிகமாகக் காணப்படுகிறது. உள்ளத் திலே தமிழ்ச் சக்தியை நிலைநிறுத்திக் கொண்டால், கை நேரான தமிழ் நடை எழுதும்

(*பாரதியார் கட்டுரைகள்*, பக். 56-57)

என்னும் பாரதியார் கருத்தைச் செயல்படுத்திச் சிறந்த தமிழ் நடை ஒன்றை தமிழ் உலகத்திற்கு வழங்கியவர் மு.வ. எதுகை, மோனை அலங்காரமில்லாத நீண்ட நெடுந்தொடர் இல்லாத, அடுக்கு மொழிக்காகக் கருத்தை இழக்காத, அரிய சொல் இல்லாத, தமிழ் மக்களுக்கு உரிய தமிழ்மொழி நடை ஒன்றைத் தமிழருக்கு வழங்கினார்.

இருபதாம் நூற்றாண்டுத் தமிழுக்கு வழங்கிய அவர் கொடைகளுள் தலையாயது இரண்டு. ஒன்று எளிய, இனிய தூய மொழி நடை இன்னொன்று தமிழகத்தில் - உலகில் வாழும் தமிழர் அனைவருக்கும் விளங்கும் பொது மொழி நடை.

எளிமை நடை என்று சொல்லும் போது அவர் ஒரு கருத்துக்கு ஒரு தொடர் என்ற நெறியில் எழுதியதும் பாமர மக்களும் அறிந்து கொள்ளும் எளிய சொற்களைக் கையாண்டது மாகும். ஒரு கருத்துக்கு ஒரு தொடர் என்ற நெறியில்தான் அவர் புதின நடை அமைந்திருந்தது என்பதற்கு நிறைய எடுத்துக் காட்டுகள் தரலாம். ஒன்று கீழே தரப் பெறுகிறது.

> மிக்க நன்றி. எப்போதும் போல் நேற்றும் பள்ளிக் கூடத்திற்குப் போயிருந்தேன். தேர்வில் வெற்றி கிடைத்தது. வகுப்பில் எல்லாப் பாடங்களிலும் நான் முதல் எண் பெற் றிருப்பதாகச் சொன்னார்கள். உங்களுடைய ஊக்கமும் உதவியும் தான் காரணம். பயிற்சிக்கு ஏற்பாடு செய்யுமாறு கேட்டுக் கொள்கிறேன். (*மலர்விழி*, ப. 242)

இனிய நடையாகக் காட்சிகளைக் கண்முன் தோன்றுமாறு அவர் எழுதுவதை அவர்தம் புதினங்களில் பல இடங்களில் காணலாம். அகல் விளக்கில் சந்திரனைத் தேடி நீலகிரிக்கு வேலய்யன் சொல்கிறான். மேட்டுப் பாளையத்திலிருந்து நீலகிரிக்குச் செல்கிறான். வழியில் அவன் காணும் மலைவளப் புனைவு இனிமையான தமிழ் நடைக்கு எடுத்துக்காட்டாகும்.

> மரம், செடி, கொடிகள் தழைத்து வளர்ந்த மலைகள் - காடுகள் செழித்தோங்கிய மலைகள் விண்ணை முட்டி நின்ற மலைகள்- ஒன்றோடொன்று இணைந்து உயர்ந்து செல்லும் அழகை அதுவரையில் கண்டதில்லை.
>
> (*அகல் விளக்கு*, பக். 251-252)

பாரிமுனை (*பாரீஸ் கார்னர்*), அமைந்தகரை (*அமிஞ்சி கரை*), காய்கறிக்கடை (*மார்கட்*) எனத் தூய தமிழில், வேற்று மொழியில் உள்ள சிதைந்த தொடர்களுக்கு, சொற்களுக்குத் தக்கவாறு தமிழ் மரபிற்கு ஏற்ப மாற்றி உரைத்தலும் திரிசொல், பிற மொழிச் சொல் கலவாமல், எழுதுதலும், அவரது தூய நடையை எடுத்துக் காட்டுவன. இவ்வாறு எளிய, இனிய, தூய நடையை வழங்கியதோடு வட்டார வழக்கு, சாதி வழக்கு, குறுமொழி வழக்கு என இவை இடம்பெறாத வகையில் தமிழகத்தில் வாழும் அனைத்து மக்களுக்கும் உரிய பொது மொழி நடையை அவர் தம் புதின நடையாகக் கொண்டு தமிழை வளர்த்தார். இவரது தமிழ் நடையின் தாக்கம் அகிலன், நா. பார்த்தசாரதி முதலிய புதின ஆசிரியர்களிடமும் இடம்பெற்றது.

> காலந்தோறும் ஏற்படும் புதிய வளர்ச்சிகளையெல் லாம் ஏற்று, தனதாக்கிக் கொண்டு வளர்ந்து வரும் தமிழ் மொழிக்கு இருபதாம் நூற்றாண்டின் முற்பகுதியில் ஏற்பட்ட தேக்கத்தைத் தம் படைப்பு முயற்சிகளாலும் பயிற்றும் முறையில் காட்டிய ஊக்கத்தாலும் தகர்த்து, நம் தாய்மொழி தனது இயற்கை வழியில் வளர்ச்சியுற உதவிய டாக்டர் மு.வ. அவர்களைத் தமிழுக்கு விடுதலை தந்தவர் என்று போற்றுவது முற்றிலும் பொருத்தமேயாகும்.
>
> (*கண. முத்தையா, மு.வ. நினைவு மலர்*, ப. 170)

டாக்டர் மா. இராமலிங்கம் ‘புதிய உரைநடை’ என்ற நூலில் மு.வ. நடையின் தனித் தன்மையை (*பக். 6, 61*) ஒருங் கிணைந்து ஒருருவாய் நிற்கும் எண்ணங்களின் தொகுதியாய் அமைந்திருக்கும் அவர்தம் பத்தி அழகை (*ப. 36*), எளிய, இனிய, நேரடி நடைச் சிறப்பை (*ப. 78*), உணர்ச்சி ததும்பும் அணியின் அமைப்பழகை (*ப. 103*), திரைப்படம் போல் ஓடிக் கெண்டே இருக்கும். இயக்க எடுத்துரை நலத்தை (*ப. 107*), கட்டுரை வளர்த்த தமிழ்ச் சான்றோர் சிலருள் மு.வ. ஒருவர் என்பதை ஏழிடங்களில் மேற்கோளாகக் காட்டிப் போற்றியுரைத் துள்ளார்.

கழுகுகள் கொத்துக் கொத்தாய்க் கொத்தி ஈர்த்துண்ணக் காணலாம். காகங்கள் குவியல் குவியலாய்த் தம் அலகு கொண்ட அளவு அள்ளியுண்ணக் காணலாம். சிட்டுக் குருவிகள் ஒவ் வொரு மணிமணியாய்ப் பொறுக்கித் தின்னக் காணலாம். மு.வ. நடை சிட்டுக் குருவி உண்பது போன்றது. ஒரு கருத்துக்கு ஒரு தொடர் என்பது அவருடைய உத்தி, உரைநடைக் கொள்கை.

> “இன்பத்திற்குத் துணையாக யாராலும் முடியும்; ஈ, எறும்பாலும் முடியும். தேவையானது கிடைக்கும் போது ஈயும், எறும்பும் நம்மைக் கேளாமலே மொய்க்கின்றன. அதுபோல் இன்பம் உள்ள போது யார் வேண்டுமானாலும் வந்து மொய்த்துக் கொள்வார்கள். ஆகையால் இன்பத்திற்குத் துணையாக வல்லவரை நம்பாதே. துன்பத்திற்குத் துணை யாக இருக்க வல்லவரைத் தேடு. உறவானாலும் நட்பானா லும் காதலானாலும் இப்படித்தான் தேட வேண்டும்.
>
> (*மு.வ., அல்லி, ப. 127*)
>
> மேற்கண்ட இவ்வரிகள் மு.வ.வினால் அல்லி என்னும் புதினத்தில் எழுதப் பெற்றவையாகும். இவ்வரிகளில் நாம் சிறுசிறு தொடர் அமைப்பைக் காணுகிறோம். தெளிவைக் காணுகிறோம். தேவையின்றி ஒரு சொல்லும் இடம்பெறாத ஓர் இரத்தினச் சுருக்க அழகைக் காணுகிறோம்.
>
> (*மு.வ. புதினங்களில் தமிழ்மொழி, பக். 25*)
>
> ‘மறைமலை அடிகளாரிடம் இருந்த தனித்தமிழ் உணர்வு இவரிடம் இருந்தது. அதே நேரம் திரு.வி.க. நடையில் இருந்த எளிமையும் தெளிவும் இருந்தன எனலாம். மறை மலை அடிகளாரிடம் இருந்த நீண்ட தொடர் அமைப்பு இவரின் உரைநடையில் இல்லை. உ.வே. சாமிநாதய்யர் உரைநடையில் விரவியிருக்கும் வடமொழிச் சொற்கள்

இவரின் உரைநடையில் இடம்பெறவில்லை. பேரறிஞர் அண்ணாவின் ஆற்றல் நடையும் இவருக்குக் கைவந்தது. ஆனால், அலங்காரத்தை விரும்பவில்லை. கல்கியின் புனைந்துரையும் மு.வ.விடம் உண்டு. எனினும் அவை காவியம் போல் நீள்வதில்லை. டாக்டர் ரா.பி. சேதுப் பிள்ளை யின் எதுகை நடையும், கலைஞரின் மோனைக் கவிதை நடையும் மு.வ.விடம் காணப் பெறவில்லை. மாதரி வீட்டுக் கண்ணகி போலச் செய்யாக் கோலமோடு விளங்கும் எளிய நடையே மு.வ.வின் இயல்பான நடை ஆகும்.'

தமிழ் வித்துவான் தேர்வில் முதற் பரிசு பெற்ற ஒருவர், தமிழ் ஆசிரியராகிய ஒருவர் நாவல் எழுதுவதா? அது இழி வல்லவா என்பது போன்ற உணர்வு தமிழ் ஆசிரியர்களிடம் மு.வ. நாவல் எழுதத் தொடங்கிய காலத்தில் இருந்தது. அப் படியே தமிழாசிரியர் ஒருவர் எப்படி நாவல் ஆசிரியர், எழுத் தாளர் ஆக முடியும் என்ற கருத்துப் பத்திரிகையாசிரியரிடமும் பத்திரிகை எழுத்தாளர்களிடமும் இருந்தது.

இவ்வாறு இரு வேறுபட்ட மொழி வல்லார்க்கிடையில் மொழி நல்லார் ஒருவராக மு.வ. நாவல் இலக்கியப் படைப் பில் தொடர்ந்து நின்று வெற்றி பெற்றது அவர்தம் ஆளுமை யைக் காட்ட வல்லது.

அவர் எழுதிய நாவல்கள் பதின்மூன்று. அவை 1. செந் தாமரை (*1946*), 2. கள்ளோ காவியமோ (*1947*), 3. பாவை (*1948*), 4. அந்த நாள் (*1949*), 5. மலர்விழி (*1950*), 6. பெற்ற மனம் (*1950*), 7. அல்லி (*1952*), 8. கரித்துண்டு (*1953*), 9. கயமை (*1956*), 10. நெஞ்சில் ஒரு முள் (*1956*), 11. அகல் விளக்கு (*1958*), 12. வாடாமலர் (*1960*), 13. மண் குடிசை (*1961*) என்பனவாகும்.

மேலே குறிப்பிட்ட கால வரிசை நூல் வெளியான ஆண்டு அடிப்படையில் அமைந்தது. ஆனால் பாவையை அவர் செந் தாமரைக்கு முன் எழுதி விட்டதாகவும் வெளியிடும் போது செந் தாமரை முந்திக் கொண்டதாகவும் அப்போது மு.வ.வுடனிருந்த பேராசிரியர் ம.ரா.போ. குருசாமி குறிப்பிடுவார்.

செந்தாமரை

இது மு. வரதராசனார் எழுதி வெளியிட்ட முதல் புதினம். காதல் உணர்வை மையமாகக் கொண்டது. வளர்ந்து வாழும் காதல், காத்துப் பெறும் காதல், ஆய்ந்து அடையும் காதல் எனக்

காதல் உலகை மூன்று இணைகளை மையமாகக் கொண்டமைந்த இந்தப் புதினம் கதை மாந்தர்களாகிய திலகம், செந்தாமரை, இளங்கோ, மருதப்பன், திருநாதன் ஆகியோர் கூற்றுவழி சொல்லப் பெறுகிறது.

கள்ளோ காவியமோ

'பெண் கள் அல்லள்; காவியம்' என்ற உணர்வை அடிப் படையாகக் கொண்டது இந்தப் புதினம். புறநாகரிக வயப்பட்ட சமுதாயம் காதலர் தம் தனி வாழ்வை, குடும்ப வாழ்வை எவ் வாறு பாதிக்கின்றது என்பது இந்தப் புதினத்தில் விளக்கம் பெறு கிறது. மங்கை அருளப்பர் குடும்ப வாழ்வுப் போராட்டம் நன்கு விவரிக்கப் பெற்றுள்ளது. கதைமாந்தர் பண்புநல வளர்ச்சி சிறப்பாகப் புனையப் பெற்றுள்ளது. முதன்முதல் நல்ல கட்டுக் கோப்பும் அழகிய கலை வடிவும் கொண்ட மு.வ. புதினம் இது. 'ஒருவர் பொறை இருவர் நட்பு' என்ற கருத்தை எதிர்மறை வழி புலப்படுத்துகிறது.

பாவை

சங்க இலக்கியத்தில் இடம்பெறும் காதல் உணர்வு நிலை யானது. களவ, கற்பு, உடன்போக்கு சூழல் நிகழ்ச்சிகளில் மாறு பாடு தோன்றினாலும் உணர்வு ஒன்றே என்ற உண்மையை வலி யுறுத்த இந்தப் புதினம் அமைந்தது என்பது மு.வ. இதற்கு எழுதிய பின்வரும் முன்னுரை வழி அறிய இயல்கிறது.

> காலத்திற்கு உதவாத கருத்துக்கள் அல்ல; இக்காலத் திற்கு விளங்காத சொற்கள் என்று வேண்டுமானால் சொல் லுங்கள். இன்றும் காதல் வாழ்க்கையின் தொடக்கம் பெரும்பாலும் அந்த நிலையில்தான் இருக்கிறது. கள வொழுக்கத்தில் தினைப்புனம் முதலிய சூழல் மட்டுமே மாறியிருக்கிறது. உள்ளத்து உணர்வு நகரங்களில் மாறி விட்டாலும், நாட்டுப்புறங்களில் அப்படியே இருக்கிறது.
>
> (*பாவை, முன்னுரை, ப. 3*)

பழைய மரபுகளுக்கும், புதிய கருத்துக்களுக்கும், முதி யோர்க்கும், இளைஞர்க்கும், கிராமத்திற்கும் நகரத்திற்கும் இடையே அமைந்திருந்த வேறுபாட்டுச் சிக்கல்களைச் சித்தி ரித்து இறுதியில் இளமை, புதுமை வெல்வதாக அமைகிறது இந்தப் புதினம். மு.வ. புதினங்கள் எதிலும் சாதி பற்றிய, சமயம் பற்றிய குறிப்புகள், சொல்லாட்சிகள் இடம்பெறவில்லை.

இந்தப் புதினம் ஒன்றிலேயே சாதிச் சொற்கள் இடம் பெறுகின்றன. அணுவை அழித்து வரும் பழமையின் இறுதி அலையாக மு.வ. எண்ணிப் பயன்படுத்தியிருக்கலாம். ஏனெனில், புதுமை, இளமையின் வெற்றியில் இந்தச் சாதியும் சழக்குகளும் ஒழிந்து போய் விடுகின்றன.

அந்த நாள் (1948)

மு.வ. எழுதிய முதல் நாவல் இதுதான். ஆனால், நான்காவதாக அச்சேறியது. இரண்டாவது உலகப் போரின் போது பர்மாவிலிருந்து தமிழகத்துக்கு வந்த பாரி திரு. க.அ. செல்லப்பனார் கூறிய செய்திகளை அடிப்படையாகக் கொண்டு உருவானது இது. கட்டமைப்பு, பாத்திரப் படைப்புச் செம்மை குறைந்த புதினம் இது. கதை மாந்தர் கூற்றில் அமைந்தது இந்தப் புதினம்.

மலர்விழி (1950)

'நல்லவராக வாழ்ந்தால் போதாது; வல்லவராகவும் வாழ வேண்டும். அழகும் கலையும் எளிமை இயையாத போது கேட்டு சூழ்கின்றன' என்ற உண்மைகளை அடிப்படையாகக் கொண் டெழுந்தது இந்தப் புதினம். சமுதாயப் போராட்டம் இதில் இடம்பெறுகிறது. கட்டுக்கோப்பு, கதைப் பின்னல் சிறப்பாக அமைந்த புதினம் இது. மு.வ. ஒரு புதின எழுத்தாளராக வளர்ந்த வளர்ச்சியைக் கோடிட்டுக் காட்டுகிறது இது.

'காஞ்சனை' என்னும் பாத்திரமே கதையில் பெரிதும் இடம்பெறுவது. ஆனால், சிறிதே இடம்பெறும் மலர்விழியின் பெயர் புதினத் தலைப்பாக இடம்பெற்றுள்ளது. இது நல்ல வர்க்கே சிறப்புத் தருதல் வேண்டும் என்னும் மு.வ.வின் கொள்கையைப் புலப்படுத்தும் நிலையில் அமைந்துள்ளது. தலைமையிடம் பெறும் பாத்திரங்கள் காஞ்சனை, அவள் கணவன் கலெக்டர் செல்வ நாயகம், அடுத்து நாகநாதன், மலர் விழி, மூன்றாவது புகை வண்டி டிக்கட் பரிசோதகர் மணி. அவர் மனைவி கலைவல்லி.

பெற்ற மனம் (1950)

நிகழ்ச்சிகள் நிறைந்த புதினம். கவர்ச்சி மிக்க கதைப் பின்னல், கட்டுக்கோப்பு, உத்திகளால் சிறந்த கலைநலம் மிக்க புதினம், தாய்மை உணர்வு முதலிடம் பெறுகிறது. தேன்மொழி

கதைத் தலைவி, சீராளர் அவள் கணவன், தேன் மொழியின் தந்தை அருளப்பர், வளர்ப்பு மகன் மணி, மணியின் தாய் பெற்றெடுத்த முதல் பையன் முத்தனுக்கும் மணிக்கும் இடையில் நிகழும் போராட்டம் இதில் சித்திரிக்கப் பெறுகிறது.

அல்லி (1952)

'வாழ்வில் ஒரு குறிக்கோள் வேண்டும்; குறிக்கோள் இல்லாதவர் தன் வாழ்வையும் கெடுத்துக் கொண்டு தன்னோடு சேர்ந்தோர் வாழ்வையும் கேடுறச் செய்வர்' என்னும் அடிக் கருத்தில் எழுந்தது இந்தப் புதினம். இதன்கண் அமைந்துள்ள சோமசுந்தரத்தின் நாள்குறிப்பு, அல்லியின் மருத்துவக் குறிப்பு, இளைஞர் மனம், உடல் நோய்களுக்குத் தக்க மருந்தாக அமைந்துள்ளதைக் காணலாம். 'அறவாழி' என்னும் கதை மாந்தர் இதில் இடம்பெறுகிறார். மு.வ.வின் பின்வரும் பல புதினங்களில் இடம்பெறுகிறார். இந்தப் புதினம் முழுவதும் அல்லியின் அகநிலைக் கூற்றாகவே அமைந்துள்ளது.

கரித் துண்டு (1953)

'கருத்து விளக்கம் மட்டும் அன்று; கலை அழகும் செறிந்த புதினத்தையும் மு.வ.வால் படைக்க முடியும்' என்று நிலை நாட்டிய புதினமே கரித்துண்டு. மென்மையான உளங்கொண்ட ஓவியக் கலைஞன் மோகன். வறுமையிலும் செம்மையாக வாழும் பொன்னி, ஆடம்பரத்திற்கு அடிமையான நிர்மலா, வாழ்க்கைத் தெளிவுடைய பேராசிரியர் கமலக் கண்ணர் முதலிய பாத்திரங்கள் எலும்போடும், சதையோடும், அறிவோடும், உணர்வோடும் இதில் படைக்கப் பெற்றுள்ளனர். 'கற்பு என்பது ஒருவனோடு வாழும் வரை அவனுக்குத் துரோகம் செய்யாமல் வாழ்வதே' எனக் கற்பு பற்றிய தம் கருத்தை மு.வ. தெளிவு செய்து தமிழர்க்கு வாழ்வு பற்றிய பண்பாட்டுத் தெளிவு செய்வதும் இதில்தான்.

கயமை (1956)

தீயவனைக் காப்பியத் தலைவனாகக் கொண்டமை, தீய சக்திகளை உருவகித்து நடமாட விட்டமை ஆகிய இரண்டு புதுமைகளை இந்தப் புதினத்தில் மு.வ. செய்துள்ளார்.

சமுதாயத்தின் தீய சக்தியாகிய ஆணவம், ஆணவர் என்ற பெயரில் வசீகரத்தையும் சேர்த்துக் கொண்டு நல்லய்யன் மென்

மொழிக்கு இயற்றிய தீங்குகளும் அவற்றிலிருந்து சமுதாயச் சீர்திருத்த சட்டங்கள் வழி அவர்கள் காப்பாற்றப் பெறுவதும் இந்தப் புதினத்தில் சித்திரிக்கப் பெற்றுள்ளன. தற்காலச் சமுதாய, அரசியல் சீர்கேடுகளும், சிக்கல்களும், பொய் புரட்டுகளும் இதில் நன்கு இடம்பெறுகின்றன. திருக்குறளில் அமைந்துள்ள கயமை என்னும் அதிகாரக் கருத்துக்களின் முழு வடிவமாக ஆணவப் படைப்பு அமைந்துள்ளது. எப்படியும் வாழலாம் என்னும் வசீகரமும், இப்படித்தான் வாழ வேண்டும் என்னும் நல்லய்யனும் இந்தப் புதினத்தில் இடம்பெற்று ஆசிரியர் கருத் துக்கு விளக்கம் தருகின்றனர்.

நல்ல பாத்திரங்களுக்கு நல்லய்யன், மென்மொழி என்னும் நல்ல தமிழ்ச் சொல்லால் அமைந்த பெயர்களையும், அல்ல பாத் திரங்களுக்கு ஆணவர், வசீகரம் என வேற்றுச் சொற்களைப் பயன்படுத்தியிருப்பதும் அவர்தம் தமிழ் ஈடுபாட்டைப் புலப் படுத்துகிறது.

நெஞ்சில் ஒரு முள் (1956)

மூன்று தலைமுறையைச் சார்ந்த முப்பத்தேழு பாத்திரங் களை, இந்திய வம்சா வழியைச் சார்ந்தவர்களை, கீதையை, திருக்குறளை வாழ்வறமாகக் கொண்டு விவாதிப்பவர்களைக் கொண்ட நெடும் புதினம் இது. வாழ்வில் வடிவு செய்த குற்றம் அவள் நெஞ்சில் முள்ளாக உறுத்தத் தொடங்கியதும் அறவாழி அருளுரையால் சமுதாயத் தொண்டின்வழி அந்த முள் அகற்றப் பெற்று மனப்புண்ணுக்கு ஆறுதல் கிடைத்ததும் இதில் சித்தி ரிக்கப் பெற்றுள்ளன. செறிவான கதைப் பின்னலும், கலைக் கட்டுக்கோப்பும் கொண்டது இந்தப் புதினம். இதில் இடம் பெறும் திரு.வி.க. அறவாழி என்னும் பாத்திரங்களில் அறவாழி மு.வ.வே என ஒப்பிட்டு உணர வாய்ப்பளிக்கிறது. இப்படிக் கதையாசிரியர் தம்மையும் ஒரு பாத்திரமாகப் படைக்கும் உத்தி இதில் அமைந்துள்ளமை குறிப்பிடத்தக்கது.

அகல் விளக்கு (1958)

சாகித்திய அகாதெமியின் பரிசு பெற்ற நாவல் இது. அமைதியான, அடக்கமான, நிலையான, தொடர்ந்த முயற்சி உடையவர். அறிவில் சாதாரணமானவராக இருந்தாலும் வாழ் வில் வெற்றி பெறுபவர். ஆனால், அந்தப் பண்புகள் இல்லாத வன் எவ்வளவு அழகனாக இருந்தாலும், அறிவாற்றல் உள்ள

வனாக இருந்தாலும் அழிந்தொழிவான் என்ற கருத்தை, என்ற உண்மையை ஆசிரியர் குறிப்பாகக் கூறியுள்ளார். வேலய்யன் அகல் விளக்காக, எண்ணெய் கெடாது, திரி கெடாது, சிட்டம் பிடிக்காது நின்று மெல்ல - ஆனால் என்றும் ஒளி விட்டுக் கொண்டிருக்கிறான். இதில் கல்லூரி மாணவர் வாழ்வு நகமும் சதையுமாய்ப் பின்னிப் பிணைந்து படைக்கப் பெற்றுள்ளது. மு.வ. தம் வாழ்வில் கண்ட கல்லூரி இளைஞர் தம் நிகழ்ச்சிகள் இதில் இடம்பெற்றுள்ளன எனக் கருதலாம். இப்படித்தான் வாழ வேண்டும் என்று வாழாத சந்திரனின் வீழ்ச்சி, இதில் படிப்படி யாகச் சித்திரிக்கப் பெற்றுள்ளது.

வாடா மலர் (1960)

குடும்பச் சூழலில் அன்பு பெறாத சிறுவர் எப்படிக் கொடியவராக வளர்கிறார்கள் என்பது இந்தப் புதினத்தில் மாற்றாந்தாயின் வளர்ப்பில் சிறிது காலம் வாழந்த தானப்பன் வழி புலப்படுத்தப் பெற்றுள்ளது. வேகம் வாழ்வில் விவேகம் ஆகாது என்ற உண்மையும் அவன் வழி தெளிவு செய்யப் பெற் றுள்ளது. பயனின்றிப் போன தானப்பன் வாழ்வு வாடா மலர் எனக் குறியீட்டின் வழி புலப்படுத்தப் பெற்றுள்ளது. உண்மை யும் பொய்மையும், நிறையும் குறையும், நன்மையும் தீமையும் கொண்ட இன்றைய மனிதனின் அச்சு வடிவம் தானப்பன். அருளாளர் அருளுரை மனிதன் திருந்தி வாழத் துணையாகிறது என்ற உண்மை இங்கு நன்கு சித்திரிக்கப் பெற்றுள்ளது.

மண் குடிசை (1961)

சமுதாயம் மண் குடிசையாக உள்ளவரை மக்கள் துன்பத் திற்கே ஆளாவர் என்ற உண்மையை உணர்த்துவது இந்தப் புதினம். இதில் வட இந்தியாவில் எழிலார்ந்த பகுதிகள் எல்லாம் இடம் பெறுகின்றன. வாழ்வின் கூறுகள் அனைத்தும் பேசப் பெறு கின்றன. சமுதாய, தனி மனித நல்வாழ்விற்கு உரிய வழிகள், அறிவியல் ஆன்மீகச் செய்திகள் சிறப்பாக இடம்பெறுகின்றன. தாம் இளமை தொட்டு கண்டு, கேட்டு, உற்று, கற்று, ஒழுகி உணர்ந்த உண்மைகள், உணர்வுகள் எல்லாம் முழுமை பெற்று விளங்கும் இந்தப் புதினமே அவரது கடைசிப் புதினமாகும்.

'மண் குடிசை'யின் மாண்பு: சிறப்பு

மு.வ.வின் சிந்தனை முதிர்ச்சியை, கனிந்த அனுபவத்தை வழங்க வல்ல சிறந்த நாவல் மண் குடிசையே ஆகும். உள்முக

நாட்டத் திருப்பு நாவல் (Internal - Working Novel) வழியில் சென்று அதனினும் நுண்மையாய் ஆன்மீகக் காட்சியைச் சுட்டு வது இது.

'உள்ளுக்கு உள்ளாகப் பொலிகின்ற ஆன்மீக உருவ மாக வரும் மெய்கண்டாரை உயிர் நாடியாகக் கொண்ட மண் குடிசையின் நிலையைப் பற்றி என்ன சொல்வது. ஆனாலும், மு.வ.வின் முதிர்ந்து கனிந்த ஆளுமையின் விளைவாக இந்த நாட்டின் தனிப் பெருமைக்குரிய மரபு வழிக் கொடையாக நாவலெனும் கருவிலே உருவான மெய் கண்டாரை நமக்குக் கொடுத்த மண் குடிசைதான் மு.வ.வின் கடைசி நாவல். திருவள்ளுவர், மாணிக்கவாசகர், தாயுமான வர், இராமதீர்த்தர் முதலான ஞானப் பெருஞ்செல்வர்களின் திரண்ட ஞானச் செல்வத்தை முழு உடைமையாகப் பெற்ற மெய்கண்டாரைப் படைத்தவர் என்பதற்காகவே அறிவுலகம் மு.வ.வைப் போற்றக் கடமைப்பட்டுள்ளது''

(மு.வ. முப்பால், ப. 167)

என்னும் டாக்டர் ம.ரா.போ. குருசாமியின் கருத்து இங்கு எண்ணத்தக்கது. மேலும் இந்த நாவலில் இடம்பெறும் மெய் கண்டார் மு.வ.வே என்றும் அறிஞர்களால் சுட்டப் பெறுகிறது.

'இன்ன நோய்க்கு இன்ன மருந்து என்றும் நோய் ஒன்றாக இருந்தாலும் இன்னார்க்கு இன்ன மருந்து என்றும் வகை பிரித்து மருந்து வழங்கும் திறமையான மருத்துவன் போல இந்த நாவலில் மு.வ. சமூகப் பணி மருத்துவராக மெய்கண்டார் வாழ்விலே உலவக் காண்கிறேன்.'

(மு.வ. முப்பால், ப. 168)

இந்த நாவல் இங்கு திறனாய்வுக்கு மேற்கொள்ளப்படுகிறது.

புதினக் கூறுகள்

புதினக் கூறுகளாகக் கதைக் கரு (Theme), கதைப் பின்னல் (Plot), பாத்திரப் படைப்பு (Characterization), உரையாடல் (Conversation) இவற்றைக் குறிப்பிடுவர். ஒரு கதையின் அடிப் படைக் கருத்தாக - அடிக் கருத்தாக - மையக் கருத்தாக அமைந்து புதினத்தின் நெடு நோக்கினால் புலப்படுத்துவது இது. இவற்றைப் பகுப் பொருளென (Physical), உறுப்புகளென (Organic), சமூகத்தன (Social), தனி மனிதத்துவன (Egok) ஆன் மீகத்தன (Spiritual) என ஐவகைப்படுத்துவர். இவ்வாறு ஐவகைப்படுத்தி உரைப்பினும் இக்காலப் புதினங்கள் இதில் ஏதேனும் ஒரு வகைச் சார்புடையதாக அமையினும் பலவகைச்

சார்புடையதாகவே இருத்தலைக் காணலாம். மண் குடிசை சமூக (Social), ஆன்மீகச் (Spiritual), சார்புடைய அடிக் கருத்தினைக் கொண்டு அமைந்துள்ளது. நல்வன நலிவதும், அல்லவன் பொலிவதும் இந்தச் சமுதாயத்தில் இன்றைய வாழ்வியலாக இருப்பதை, மெய்யப்பன் கேசவராயன் வழி மண் குடிசை தெளிவாக்குகிறது.

இதனை ஆன்மீகச் சார்புடையதாக உருவாக்குவது மெய் கண்டாருடைய வாழ்வும் அவர் கண்டுரைக்கும் வாழ்வியல் நெறிகளுமாகும். மெய்கண்டார் அறிவியல், அறவியல், அருளி யல் அடிப்படையில் சமய வழிபாட்டிற்கும் இறை நிலைக்கும் இந்தப் புதினத்தில் தெளிவான விளக்கம் தருகிறார். ஐவகை வழிபாடு (*மண் குடிசை, ப. 217*), படைப்பின் நுட்பம் (*மண் குடிசை, ப. 405*). இவற்றின் வழி மனத்தைத் தெளிவுடையதாக விசாலமானதாக அமைத்துக் கொள்வதின் வழி இன்றையச் சமுதாயத்தால் ஏற்படும் துன்பங்களையும் தொல்லைகளையும் உணர்ச்சி வயப்படாமல் அறிவு பூர்வமாக அருள் பார்வையோடு அறநெறியில் தீர்வு காணும் வழியினை மு.வ. இந்தப் புதினக் கருவின் வழி நமக்குத் தெளிவு செய்கின்றார்.

கதைக்குச் செம்மை வடிவம் தருவது, கதைப் பின்னல் (Plot) எனப்படும். கதைக் கரு அடிப்படையில் அமைந்து கதை கால வரன்படி முறையாக அமையும் நிகழ்ச்சிகளின் தொகுப் பாகும். ஆனால், இந்தக் கதை நிகழ்ச்சிகளுக்கு இடையே காரண காரியத் தொடர்பினை அமைப்பது கதைப் பின்னலாகும்.

கதைக் கரு

கதைக் கரு (Theme) அடிப்படையானது. படைப்பாளன் உள்ளத்தே தோன்றிய அல்லது உள்ளத்தைத் தாக்கிய கருத்து. அடக்க முடியாமல் காண்பன, கேட்பன, உறுவனவற்றையெல் லாம் பல்கிப் பெருகிப் பொங்கிப் பரந்து ஆற்றலுடன் ஆழத் துடன் பின் வெளிவருவது.

ஒரு சிறு விதை, விதையிலிருந்து பெரிய ஆலமரம், அரச மரம் வளர்வது போலக் கதை வளர்கிறது எனக் காணல் - காட் டல். எப்படிச் சிறு நாற்றாய், கப்பும் கிளையோடும் கூடிய செடி யாய், ஓங்கி உயர்ந்து பூ, காய், கனியோடு குலுங்கி நிற்கும் மர மாய் அது திகழ்கிறதோ அப்படியே கதைக் கரு என்று நாவ லாகிய காட்சியைக் கண்டு காட்ட வேண்டும்.

விதையிலிருந்து மரம் தோன்றியதைக் காட்டுவது எளிது. அந்த மரத்தையே விதையினுள் அடக்கிக் காட்ட முடியுமா? முடியும். அந்த வித்தகரே இலக்கியத் திறனாய்வாளர். புதினத்தை நிகழ்ச்சிகளாக்கி, நிகழ்ச்சிகளைக் கதை மாந்தர்களாக்கி, கதை மாந்தர்களைக் கதைக் கருவாக்கிக் காட்டுதல் வேண்டும்.

கதைக் கரு தலைப்பு, ஆசிரியர் முன்னுரை, அறிஞர் அறிமுக உரை, நாவல் தொடக்கம், முடிவு அல்து தலைமைக் கதை மாந்தர் இப்படி ஏதோ ஒரு வழியில் புலப்படும்.

மண் குடிசையின் கரு, தலைப்பு, தொடக்கம், முடிப்பு, குறிப்பு என அமையும். முன்னுரை ஆகிய அனைத்தின் வழியும் புலப்படக் காணலாம்.

மண் குடிசை பண்டைய குகை அன்று. இன்றைய சிமெண்ட் கட்டிடம் அன்று. சிதைந்து போகும், பெருச்சாளி குடையும், பூரான், தேள் வாழும் மண் குடிசையாய் உள்ளது இன்றைய சமுதாயம். இது தலைப்பும் முடிப்பும்.

சிறைக் கைதிகள்பால் மெய்யப்பன் காட்டும் பரிவும் சமுதாய அமைப்பைச் சுட்டுவதே ஆகும்.

குடும்பங்கள், ஊராட்சி, சமுதாயச் சூழல் எவ்வெவ்வாறு மனித வாழ்வைப் பாதிக்கின்றன என்பதே நாவல் முழுவதும் இடம்பெறுகின்றது. குடும்பங்களில் கணவன் மனைவி, மாமன் மாமியார் உறவு நிலை, ஊரில் நல்லவர் வல்லவர், மெலிந்தவர், கயவர் போராட்டங்கள், இன்றையச் சமுதாய அமைப்பின் குறை, குறை போக்கும் வழி ஆகியன நாவல் முழுவதும் இடம் பெறக் காணலாம்.

'நல்லது செய்து அல்லல்படுதல்' என்ற தொடர் (*மண் குடிசை - குறிப்பு*) கதைக் கருவாக அமைகிறது.

இந்தத் தொடர் நல்லது செய்து அல்லல் படல் என்ற உடன்பாட்டுக் கருத்திலிருந்து 'பொல்லது செய்து ஆக்கம் பெறல்' என்பதாக உருவாகும் போது நமக்குக் கேசவராயன் கிடைக்கிறான்.

எது நல்லது?... என்ற கேள்வியில் நல்லது பற்றிய அன்பன் கருத்து, அறிஞன் கருத்து, அருளாளன் கருத்து என மூன்று அனுபவ நிலைகள் உருவாகின்றன. அன்பன் சமுதயாக் கேடுகளை உணர்ச்சியோடு பார்க்கிறான். விரைந்து செயல்பட்டுத் தோல்வியுற்றுச் சீரழிகிறான். அறிஞன் நிதானமாகக் கூறுகூறாக

எண்ணிப் பார்த்துத் திட்டமிட்டுச் செயலில் ஈடுபடுகிறான். அருளாளன் உலகை ஒன்றாகக் கண்டு இறைநெறி அடிப்படையில் தன் கடமையை ஒழுங்காகச் செய்வதன்வழி நலம் காண்கிறான்.

உணர்ச்சி வயப்பட்ட அன்பனாக மெய்யப்பனும், அறிவு வயப்பட்ட அறிஞராகப் பேராசிரியரும், ஆன்மீக வயத்தராக அருளாளர் மெய்கண்டாரும் படைக்கப் பெற்றுள்ளனர்.

பிற கதை மாந்தர் உரையாடல், நடத்தைகள் அனைத்தும் தனி மனிதனை, குடும்பத்தை, சமுதாயத்தை இந்த மூன்று பார்வையில் பார்த்துக் கருத்துரைப்பதாகவே (*விமர்சிப்பதாகவே*) அமைந்துள்ளன.

கதை வட ஆர்க்காட்டுப் பத்தூரில் ஏறக்குறைய ஐம்பது ஆண்டுகளுக்கு முன்னர் மெய்யப்பன் என்பவன் தன் நண்பர்கள் பாண்டியன், குமரவேல், பொன்னுசாமி ஆகியோர்களோடு வாழ்ந்து வருகிறான். நால்வரும் தங்கள் தங்கள் போக்கில் தனித் தன்மை உடையவர்கள். ஆயினும் நேர்மையாக வாழ வேண்டும்; நேர்மையைப் போற்ற வேண்டும் என்ற எண்ணத்தோடு குடும்பமும், தொழிலும் செய்பவர்கள். ஆனால், அதே ஊரில் வாழும் கேசவராயனோ வம்பு, தும்பு, பொய் புரட்டு வழி செல்வாக்குத் தேடுபவன்.

என்றும் போல் ஒரு நாள் ஊருக்கு வெளியே உலாவி வரச் சென்ற மெய்யப்பன் பாலத்தின் கீழே பெண் ஒருத்தியின் அவலக் குரல் கேட்டு உதவச் செல்கிறான். அங்கு அவளை முரடன் ஒருவன் கற்பழிக்க முயன்று கொண்டிருந்ததைக் கண்டு அவனைப் புடைத்துக் கீழே தள்ளி விட்டு அவளைக் காக்கிறான். சீற்றமுற்ற அந்தப் பெண், பாறை ஒன்றை அந்த முரடன் தலையில் போட்டுக் கொன்று விட்டு ஓடி விடுகிறாள்.

மெய்யப்பன் நிகழ்ந்த செய்திகளைக் காவல் நிலையம் சென்று கூறுகிறான். இந்தச் சூழலைப் பயன்படுத்திக் கொண்டு தன் செல்வாக்கு, சூழ்ச்சி அனைத்தையும் செலுத்தி மெய்யப்பனே கொலைகாரன் என்று அவனுக்குச் சிறைத் தண்டனை வாங்கிக் கொடுக்கிறான் கேசவராயன்.

ஆறு ஆண்டுகளுக்குப் பிறகு சிறைத் தண்டனை முடிந்து வீட்டுக்கு வந்த மெய்யப்பனை அவன் மனைவி ரேவதி தன் மானம், குடும்ப மானம் என்ற மனப்பான்மையில் புறக்கணிக்கிறாள். அன்பிற்குரிய மனைவியின் புறக்கணிப்பைத் தாங்க

இயலாது யாருக்கும் சொல்லாமல் ஆறாம் நாள் வடநாட்டுப் பயணம் மேற்கொண்ட தன் நண்பன் குமரவேல் குடும்பத்துடன் மெய்யப்பன் ஊரை விட்டுப் போய் விடுகின்றான்.

சென்றவன் ஓராண்டு தில்லியில் தங்கி, வேலை செய்து முறையாக வீட்டுக்குப் பணம் அனுப்பி வருகிறான். ஆண்டு இறுதியில் வேலை நீக்கத்திற்கு ஆளான மெய்யப்பன் தன் நண்பன் குமரவேல் வேண்டுகோளுக்கிணங்க ஊர் திரும்ப எண்ணி, இடையே காஷ்மீரைக் கண்டு மீள விரும்பி அங்கு செல்கிறான்.

அங்கு, சிரீநகரில் மெய்கண்டார் என்னும் சான்றோர் தொடர்பு கிடைக்கிறது. அவரோடு இரசாயனப் பேராசிரியர் ஒருவர் நட்பும் வாய்க்கிறது. சில நாள் அவர்களோடு தங்கு கிறான். அப்போது உருவம் மறைக்கும் ஆய்வில் அவர்கள் வெற்றி பெற்று மெய்யப்பனையும் அதற்கு உட்படுத்தி ஆய் கின்றனர். உருவம் மறைந்து ஒரு நாள் இருந்த மெய்யப்பன் மீண்டும் தன் உருவத்தை மறைக்குமாறு பேராசிரியரையும் சான் றோரையும் வேண்டிக் கொள்கிறான். அவர்களும் அவ்வாறே உதவுகின்றனர்.

உருவம் மறைந்த நிலையில் தன் ஊருக்கு வந்து, அங்கு நிகழ்ந்த சமுதாயக் கொடுமை பலவற்றைத் தாக்கி, தகர்த்து அருள் ஆட்சி வந்து விட்டதாக ஊரார் எல்லாம் கருதுமாறு செய்து விட்டுத் தன் குடும்ப நிலை, தன் நண்பர்கள் குடும்ப நிலை எல்லாம் அறிந்து கொண்டு மீண்டும் சிரீநகர் மீள்கிறான்.

உருவம் மறைந்து மெய்யப்பன் நிகழ்த்திய செயல்கள் பற்றி பேராசிரியர், சான்றோர் கருத்துக்கள் மெய்யப்பனுக்கு வாழ்க்கைத் தெளிவு தருவனவாக உள்ளன. அத்தகு தெளிவு பெற்றவனாக மெய்யப்பன் மீண்டும் பத்தூர் வந்து குடும்பத் துடனும் நண்பர்களுடனும் வாழ்கிறான்.

இதன்கண் அமைந்துள்ள கதையைக் கீழ்வரும் எட்டு அலகுகளில் தொகுத்துத் தரலாம்.

1. பத்தூர் வாழ்வு - நல்லவன் - வல்லவனாக அல்ல.
2. சிறை செல்லல்.
3. விடுதலை - புறக்கணிப்பு.
4. தில்லி வாழ்வு.
5. சிரீநகரில் சான்றோர் தொடர்பு.
6. உருவம் மறைந்து பத்தூரில் செயல்படச் செய்தல்.

7. சான்றோர், பேராசிரியர்பால் வாழ்க்கைத் தெளிவு பெறல்.
8. மீண்டும் பத்தூர் வந்து நல்லவனாக வாழ்க்கைத் தெளிவுடைய வல்லவனாக வாழ்தல். மனித நலம் பெறல்.

இந்த எட்டு அலகுகளில் அமைந்த கதை 33 நிகழ்ச்சிகளாக்கப் பெற்று காரண காரிய முறையில் ஆர்வத்தைத் தூண்டும் போக்கில் நாவலில் அமைந்துள்ள பாங்கைப் பின்வரும் நிரலில் காணலாம்.

கட்டுக்கோப்பும், கதைப் பின்னலும்

1. விடுதலை - உள்ளுணர்வு.
2. புறக்கணிப்பு - நண்பர்கள் சந்திப்பு.
3. ரிஷிகேசப் பயணம் புறப்பட்ட குமரவேல் குடும்பத்துடன் புறப்பட்டு வந்து விடல்.

4,5,6,7. வட நாட்டுப் பயணம் - விஜயவாடா, தில்லி, காசி, ஆக்கரா, ஹரித்துவார்.

8. தில்லி வாழ்வு - 11 மாதங்கள் - நான்கு நண்பர்கள்.
9. அமிர்தஸரஸ், பதான்கோட் - மெய்யப்பன் பயண அனுபவம்.
10. காஷ்மீர் - சிரீநகர் - பல்காம் சான்றோர் சந்திப்பு - குல்பர்கா.
11. பேராசிரியர் இல்லம் - ஆய்வுக் கூட வாழ்வு.
12. குளிர் காய்ச்சலும் - உளறலும் உண்மை அறிதலும்.
13. தன் முன்னைய வாழ்வை மெய்யப்பன் பேராசிரியர் சான்றோர் மெய்கண்டார்க்கு உரைத்தல்.
14. சான்றோர் கடவுள் சிந்தனைகள்.
15. உருவம் மறைக்கும் நிகழ்ச்சி - நாய் - மெய்யப்பன் விழைவு - மன நலம் - உடல் நலம் - ஐவகை வழிபாடு.
16. உருவம் மறைந்து மெய்யப்பன் ஊர் செல்ல விழைதல்.
17. வீடு.
18. தன் வீடு - நண்பர்கள் வீடு.
19. பகைவன் கேசவராயன் வீடு.
20. நண்பனின் ஊர் குரிசிலார்ப் பேட்டை.
21. பாண்டியன் மாமனார் வீட்டில் சிரார்த்தம் - பத்தூர் பாண்டியன் வீடு.
22. நண்பர்கள் - அற்புத நிகழ்ச்சிகள் பற்றிப் பேசுதல் - திருடன் தண்டிக்கப்படல்.

23. தெய்வத் திருத்தடி - வழக்கறிஞர் - சுப்பிரமண்ய பூபதி - வழக்கு - வாணியம்பாடியார்.
24. கோயில் - அறநெறி அச்சகம் - மீண்டும் கோயில் - கேசவராயன் பிறந்த நாள் பூசை.
25. வீடு - தாத்தா எழுதுவது போல் - தடுமாற்றம் - அச்சம் - சுரம்.
26. கேசவராயன் மை போட்டுப் பார்க்க முயலுதல்.
27. பாண்டியன் - குமரவேல் - வருகை - தன் மகனுக்கு ஆறுதல் கூறுதல்.
28. படத் திறப்பு விழாவும் - மாய உருவத்தின் செயல்களும்.
29. மீட்சி - செயல்களும் சிந்தனைகளும்.
30. மீட்சி பற்றிப் பேச்சு - சிந்தனைகள்.
31. மீண்டும் தில்லி - ஊர் மீள்கை.
32. ஊர் பத்தூர் வீட்டில் திருட்டு.
33. சான்றோர் கடிதம் வாழ்வியல் உண்மையும் - இவை ஒன்றுக்கொன்று தொடர்பாகப் பின்னப் பெற்றுள்ளன.

கதைக் கோப்பில் முதல் நிகழ்ச்சி பன்னோக்கு உத்தியில் அமைந்து ஆர்வத்தை எழுப்புவதாக உள்ளது. 12ஆவது நிகழ்ச்சி யில் குளிர்க் காய்ச்சல் வழி தன் வாழ்க்கை பற்றிய சில உண்மை களை மெய்யப்பன் கூறுதல் - பின்வரும் காரியங்களுக்குக் காரணமாக அமைகிறது. உருவம் மறைந்து செய்யும் மெய்யப் பன் செயல்கள் எல்லாம் மனோ நிலையின - கற்பனைக் கனவினைப் போல் அமைந்து அற்புதச் சுவையைத் தூண்டுவன.

கதைக் கரு - கதை மாந்தர் வழி கதை நிகழ்ச்சிகள் உருவா கின்றன. அந்த நிகழ்ச்சிகளின் அமைப்பே கதைப் பின்னல் ஆகும். கதைக் கருவும் கதை மாந்தரும் ஊடும் பாவும் போல் அமைய உதவுவது இந்தக் கதைப் பின்னலே. இடையறாமல் காரண காரிய அடிப்படையில் உருவாவது. கதையைக் கலை யாக்குவது, நிகழ்ச்சிகளைக் காட்டிலும் இன்றியமையாதது.

கதை மாந்தர்கள்

கதைக் கருவுக்கு உயிரோட்டம் தருவன கதை மாந்தர் களே. கதைப் பின்னல் எலும்புக் கூடெனில் அந்தக் கூட்டை நடமாடச் செய்ய வல்லதாக, அந்தக் கூட்டுக்கும் பொலிவு தருவதாகக் கதையாக அமைவது கதை மாந்தர் ஆகும்.

கதை மாந்தர் சில படிப்படியே வளர்ச்சியுற்று முழுமை உறுவா. இவர்களை முழுநிலை மாந்தர் *(Round Character)* என்பர். மெய்யப்பன் அத்தகையவன். உணர்ச்சி, விருப்பு வெறுப்பு எல்லைகள், நட்பு பகை வீறுகள் எனும் இரு எல்லைகளில் குற்றவாளியாகத் தோன்றும் மெய்யப்பன் மெல்ல மெல்ல மனத் தெளிவு பெற்ற முழு மனிதனாக உருவாகும் வகையில் கதை வளர்க்கப் பெறுவதைக் காணலாம்.

எந்த மாறுதலும் இன்றி என்றும் ஒன்று போல் காணப் பெறும் மாந்தர் ஒரு நிலை மாந்தர் *(Flat Character)* ஆவர். குமரவேல், மங்கை, பொன்னுசாமி, மெய்கண்டார் முதலியோர் இத்தகையினர்.

இந்தக் கதை மாந்தர்கள் ஒரு நாவலில் தோற்றுவிக்கப் பெறுவதில் ஒன்பது போக்குகள் உள்ளன எனக் கண்டுள்ளனர்.

1. புறத் தோற்றம், 2. இயக்கம், மெய்ப்பாடு, நடத்தை, பழக்கம் முதலியன, 3. பிறரிடம் பழகும் முறை, 4. பேச்சு, 5. தனக்குத் தானே நடந்து கொள்ளும் முறை, 6. சூழல் தாக்கம், 8. மாந்தரின் கடந்த கால வாழ்வு. 8. மனப் போராட்டம், 9. மாந்தர் பெயர் ஆகியன அவை.

தலைமை மாந்தர் படைப்பில் பெரும்பாலும் அனைத்து உத்திகளும் பயன்படும். துணை மாந்தர் படைப்பில் ஒரு சில உத்திகள் பயன்படுத்தப் பெறும்.

மண் குடிசை என்னும் புதினத்தில் மெய்யப்பன், கேசவ ராயன், உடன்பாட்டு, எதிர்மறை கதைத் தலைவர்கள் ஆகின்றனர்.

துணை மாந்தர்களாகப் பாண்டியன், குமரவேல், மங்கை நல்லாள், ரேவதி, பேராசிரியர், மெய்கண்டார் இடம்பெறுகின்றனர்.

சிறு மாந்தர்களாகப் பொன்னுசாமி, அஞ்சலி, மார்த்தாண்டர், கணக்குப் பிள்ளை, காஞ்சிபுரத்தார், கோவையார், சேலத்தார், தஞ்சாவூரார் அமைகின்றனர்.

மு.வ. தாம் விரும்பிய (*திட்டமிட்ட*) மாந்தர்களையே படைத்துள்ளார். சமுதாயத்திற்கு உடன்பாட்டு வகையிலோ, எதிர்மறையிலோ தெளிவு தரும், குறிக்கோளுடன் போராட்டங் களில் பின்வாங்காத, வெற்றி தோல்விகளை ஏற்கும் மாந்தர் களைப் படைப்பதில் ஆர்வம் காட்டியுள்ளார். இதற்குக் காரணம் மொழிநடையும் மானுடப் பண்பு நோக்கமுமே ஆகும்.

கதை கூறும் நிலை

எடுத்துரைத்தல் - நோக்கு நிலை *(Point of View)* பல வகையின.

1. பதிப்பு முறை - புறவய முறை (Editorial) அனைத்தும் அறிந்த நிலை என்பது ஒன்று. பெரும்பாலும் ஆசிரியர் கதை கூறுவது.

அளவுக்குட்பட்ட நிலை (Limited Point of View) முதன்மைக் கதை மாந்தர் கதையை நடத்திச் செல்வது.

உரையாடல் முறை (Conversation), படர்க்கைக் கூற்று முறை (Third Person), பன்முக நோக்கு நிலை (Multi Point of View), கதை மாந்தர் உரையாடல் (Dialogue of Charactetrs), துணை மாந்தர் நோக்க நிலை (Minor Participants/Witness Point of View) சான்று பகர்வது போல வந்து கூறிச் செல்லல்.

2. கேட்டதாக, கேட்டதை (கருத்துரைப்பதாக) விமரிசிப்ப தாக அமைவது.

மண் குடிசையின் கதை அளவுக்கு உட்பட்ட (Limited Point of View) முறையில் மெய்யப்பன் வழி கதை கூறப் பெறுகிறது. இதனால் கேசவராயன், ரேவதி மன நிலையை ஆழமாக, முழுவதுமாகப் புலப்படுத்த இயலவில்லை. உரை யாடல் உத்தி முழுக்க முழுக்க கையாளப் பெறுகிறது.

ஆர்வ நிலை

கதையை நிகழ்த்திப் போவதில் முன்நோக்கு, பின்வீச்சு, சிக்கல், வேட்கை ஒன்றை எழுப்பி மெல்ல மெல்ல வளர்த்து, முடிவில் தெளிவாக்கல். அடுத்து என்ன? எப்போது? எப்படி? என்னும் உணர்வுகளைத் தூண்டுதல், அகத்துத் தனிமொழி, நன வோடை உத்தி (Stream of Conscious).

சமநிலைப் பண்பு (Balance), ஒத்த அளவு (Proportion) ஆகிய கலைநலச் சிறப்பு

செவ்வியல் (Classical), வீறுணர்ச்சி (Romantic) ஆகிய இயற்கை நலம்.

தெளிவு, எளிமை, தூய்மை முதலிய நடை (Style) இவை யும் ஆர்வம் குன்றாமல் கதையை நடத்திச் செல்ல உதவும்.

இந்தப் புதினத்தில் முன்னோக்கு, பின்வீச்சு உத்திகள் சிறப்பாக இடம்பெறுகின்றன.

பயண உத்தி

இந்தக் கதை வளர்ச்சியில் வட நாட்டுப் பயணம் ஒன்று இடம்பெறுகிறது. உண்மையில் எழுத்தாளர் மு.வ. தம் மனைவி

மக்களோடு, நண்பர் திரு அ.மு.ப. திரு அன்பு கணபதி குடும் பத்தோடும் 1957இல் சென்ற வடநாட்டுப் பயணத்தை நன்கு பயன்படுத்திக் கொண்டுள்ளார். ஒரே மூச்சில் ஏறக்குறைய பதினைந்து நாள் சென்று கண்ட, பெற்ற அனுபவத்தைக் கட்டம் கட்டமாக அமைத்து வழங்குதலும் கதையொடு தொடர்பு படுத்தித் தருதலும் ஆர்வம் குன்றாமலிருக்கத் துணை செய்கிறது.

முதல் கட்டமாகக் குடியாத்தம், காட்டுப்பாடி, விஜய வாடா, நாகபுரி, இட்டார்சி, ஆக்ரா, தில்லி, அரித்துவார், ரிஷி கேசம், காசி இடம்பெறுகின்றன. விஜயவாடா இரவு 8.30, நாகபுரி மறுநாள் முறபகல் 11, இட்டார்சி விளக்கு வைக்கும் நேரம், ஆக்ரா விடியற்காலம் என வழங்கும் காலக் குறிப்பும், ஆங்காங்கே தம் மகளை, மகனை, குடும்பத்தை நினைத்துக் கொள்ளும் பாங்கும் கதைக்கு உண்மைத்துவம் தரத் துணை செய்கின்றன.

இவற்றில் ஆக்ரா, தாஜ்மகால், அரித்துவார், ரிஷிகேசம், கங்கை, இயற்கை எழில், காசி நகர், குமரகுருபரர் மடம் ஆகியன சிறப்பாக இடம்பெறுகின்றன. அவற்றில் பதிந்த அறிஞர் தமிழன்பர் மு.வ. பார்வைகள் எப்படி எப்படி இருந்தன என நன்கு அறிந்து கொள்ள இயல்கிறது.

அடுத்த கட்டமாக 11 மாதங்கள் தில்லியில் தங்கியிருந்த போது மெய்யப்பன் என்ற பாத்திரம் முசோரிக்குச் சென்றமை யும், டேராடூன் செல்லாமையும் குறித்த புனைந்துரை. தாம் முசோரியில் கண்டனவற்றையும், டேராடூனில் தாம் காணத் தவறியதாக நண்பர்கள் கூறுவனவற்றையும் தரல்.

மூன்றாவது கட்டம் 11 மாதங்களுக்குப் பிறகு வேலை நீக்கம் பெற்றுத் தமிழகம் மீளும் போது காஷ்மீரைக் கண்டு பின் செல்லும் ஆர்வத்தில் பத்தன்கோட் காஷ்மீர் - சிரீநகர், (*சீலம் நதிக் கரை - குரீடு*) பெல்காம், குல்மார்க் ஆகியன இடம்பெறு கின்றன.

நான்காவது கட்டம் பேராசிரியர் நரேந்திரர், சான்றோர் மெய்கண்டாரிடம் காஷ்மீரில் விடைபெற்றுக் கொண்டு பேருந்து வழியே மீள்கையில் அவந்தியூர், கணவாய் வழி 9000 அடி உயர்சாலை வழி அனைத்தும் புனைந்துரைக்கப் பெறுகின்றன. இவ்வாறு கலை நயத்தோடு உரைக்கப் பெறல் கருதத் தக்கது. இங்கு நான்கு பயணங்களாகப் புனைந்துரைக்கப் பெறுவது கதைப் பின்னலின் செறிவுக்காக. உண்மையில் மு.வ. சென்றது

முன்பு குறிக்கப் பெற்ற ஒரே பயணமே. அதுவே நான்காக இடம்பெறுகிறது. பயணத்தின் போது நிகழ்ந்த குடும்பத்தினரின் உரையாடல்கள் தேவையான அளவு பத்தூர் குடும்பத்தினர்களின் பேச்சாக இடம்பெற்றுள்ளன. அப்படியே பயணத்தில் ஈடுபட்ட நண்பர்கள் உரையாடல்கள் தில்லியில் 11 மாதம் மெய்யப்ப னுடன் தங்கிய நண்பர்கள் மனப் போக்காகச் சில கட்டப் பெற்றுள்ளன.

இந்தப் புதினத்தில் மெய்கண்டாரால் சுட்டப் பெறும் ஐவகை வழிபாடு இந்திய ஞானச் செல்வத்தைப் பெற்றுத் துய்த்து, அதனை எளிமையாக, அறிவியல் பூர்வமாக மு.வ. வால் வழங்கப் பெற்றுள்ளது. இதனால் சமுதாய நோக்கில் **மண் குடிசை** எனப் பெயர் பெற்றாலும் வாழ்வியல் தத்துவ நோக்கில் இந்த நாவல் ஒரு **பொன் குடிசை** ஆகும்.

வாழ்க்கை வரலாற்று நூல்கள்

மு.வ. அடிப்படையில் ஓர் ஆசிரியர். முறையாகக் கற்றல், சிந்தித்தல், தெளிவாக எடுத்துரைத்தல் ஆகிய சிறந்த ஆசிரியப் பண்புகள் அவரிடம் இயல்பாக அமைந்திருந்தன. கல்லூரி ஆசிரியராகப் பணியாற்றியதால் இளைஞர்களோடு பழகி அவர் தம் எண்ண ஓட்டங்களை, வாழ்க்கைப் போக்குகளை அறிந்து கொள்ளும் வாய்ப்பு அவருக்கு இயல்பாக வாய்த்தது. அந்த வாய்ப்பின் வழி இளைஞர்களுக்கு அறிவுத் தெளிவு, பண்பட்ட உள்ளம் அமைய தம்மால் இயன்றன எல்லாம் செய்ய முன் வந்தார். அதில் தலையாய ஒன்று, தம் புதினங்களில் திருவள்ளு வர், இளங்கோ அடிகள், மாணிக்கவாசகர், தாயுமானவர், இராம தீர்த்தர், விவேகானந்தர் முதலிய சான்றோர் பெருமக்களை அவர்தம் உள்ளக் கிடக்கைகளை அறிமுகப்படுத்தியது ஆகும். அவ்வாறே இளைஞர் தம் வாழ்வை நன்கு அமைத்துக் கொள்ள, வாழ்வில் முன்னேறச் சான்றோர் வாழ்க்கை நெறிகள் பெரிதும் பயன்படும் என்றும் எண்ணினார். எனவே அறிவியல், ஆன்மீக வாழ்வில், கலையில், சான்றாண்மையில் சிறந்த சில பெரியோர் வாழ்வை இளைஞர்கள் அறிந்து உணர்ந்து போற்றுமாறு **அறிஞர் பெர்னாட்ஷா, காந்தி அண்ணல், கவிஞர் தாகூர், திரு.வி.க.** என்னும் நான்கு சான்றோர் வாழ்க்கை வரலாறுகளை எழுதியுள் ளார். முன்னர்க் கூறியது போல இவை நான்கும் அவரவர் வாழ்க்கையை முழுவதுமாக உரைப்பன அல்ல. அவரவர்

வாழ்க்கைக் கூறுகளில் எவ்வெவ் இயல்புகள், செயல்கள் அவர்கள் வாழ்வைத் துலக்கமுறச் செய்தன, எவ்வெவ் நெறிகள் கற்கும் இளைஞனைச் சிறப்பாக உருவாக்கி வளர்க்கும் என்ற அளவில் அமைந்தனவே அவை.

'என் எழுத்துக்களில் ஓர் அஞ்சாமை உறுதி விளங்கக் காரணமாய் அமைந்தவை அறிஞர் பெர்னாட்ஷாவின் நாடகங்களே ஆகும்' என்பார் அவர். அறிஞர் பெர்னாட்ஷா நூலின் முன்னுரையில், 'பெர்னாட்ஷாவை நான் விரும்புவதற்குக் காரணம், வாழ்க்கைச் சிக்கல் எதுவாயினும் அதை மேற்போக்காகக் கண்டு மருந்திட்டுச் செல்லாமல், அடிப்படையைக் கண்டு திருத்தும் ஆற்றல் அவருடைய எழுத்துக்களில் இருப்பதே ஆகும்' என்பதன் வழியும் அதனை அறியலாம்.

மேலும், 'காந்தி அண்ணல்' என்னும் நூலின் முன்னுரை வழி மு.வ. இதனை உணர்த்துவதைக் காணலாம்.

> உலக வாழ்க்கையில் உண்மையையும் அன்பையும் போற்றி வாழ்ந்த பெரியோர்களின் வரலாறுகளைக் கற்பதால் பெரும் பயன் உண்டு. கற்பவரின் வாழ்வைத் தூய்மைப்படுத்த வல்ல ஆற்றல் அவற்றிற்கு உண்டு. அத்தகைய வாழ்க்கை வரலாறுகளில் மோகன்தாஸ் கரம்சந்த் காந்தியின் வரலாறு மிகச் சிறந்தது... அவருடைய வாழ்க்கை படைப்பின் சட்டங்களை ஒட்டி இயங்கிய தூய வாழ்க்கை. ஆகையால் அது எல்லா மக்களுக்கும் எடுத்துக்காட்டாக விளங்கும் நல் வாழ்க்கையாகும்.(*காந்தி அண்ணல், மு.வ. முன்னுரை, ப.* 3)

வாழ்க்கை வரலாற்றை எழுதும் போதும் அதனை ஒரு வரலாறு போல எழுதாமல் இலக்கியம் போல் தொடங்குவது அவர்க்குக் கைவந்த கலை. அவர்தம் உணர்த்தும் திறனுக்கு அவை சிறந்த எடுத்துக் காட்டுகளாக அமையும்.

திரு.வி.க. என்னும் நூல், அவர் பற்றி மு.வ. எழுதிய பல கட்டுரைகளை முறை செய்து அமைந்த நூலாகும். 'தமிழகத் தந்தை' என்னும் இதன் முதல் கட்டுரை ஒரு சிறுகதை துவக்கம் போல் தொடங்கியிருக்கக் காணலாம்.

திரு.வி.க. இறுதிக் காலத்தில் தம் கண் பார்வையை இழந்தார். அதனால் அவரால் தம் எண்ணங்களையும், உணர்வுகளையும் எழுத இயலவில்லை. அவர் சொல்லச் சொல்ல ஒருவர் எழுதி வரலானார். அவ்வாறு உருவான கடைசி கால நூல்கள், 'அருளும் பொருளும்', 'முதுமை உளறல்' முதலியன. அந்

நாளில் ஒரு நாள் மு.வ. அவரைக் கண்ட போது வினவியதும் அதற்குத் திரு.வி.க. விடையுமாகத் திரு.வி.க. வாழ்க்கை வரலாற்று நூல் பின்வருமாறு தொடங்குகிறது.

"நீங்கள் இப்போது திரு நாராயணசாமிக்குச் சொல்லி வரும் புதிய நூல் என்ன என்று கேட்டேன் (*எழுதி வரும் புதிய நூல் என்ன என்று கேட்பதற்கு வரயில்லாமல் வருந்தினேன்*) 'மரணம்' என்றார் அவர்.

உள்ளம் நொந்து வருந்தினேன். 'இளமை விருந்து', 'பெண்ணின் பெருமை', 'தமிழ்த் தென்றல்' என்ற பெயர்களைப் பலமுறை கேட்டு மகிழ்ந்த என் செவிகள், 'முதுமை உளறல்' என்று ஒரு நூலின் பெயரைக் கேள்வியுற்ற போதே நொந்தன. இப்போது அவர் தரும் நூல் என்ன என்று அறிய விழைந்த போது 'மரணம்' என்று ஒரு நூலின் பெயரை யான் எதிர்பார்க்கவில்லை... (திரு.வி.க., ப. 6)

இப்படித் தொடங்குகிறது இந்த நூல். இப்படியே காந்தி அண்ணல் என்னும் நூலும் கற்பனை நயத்துடன் தொடங்குகிறது.

அறிஞர் பெர்னாட்ஷா, கவிஞர் தாகூர் ஆகிய இரண்டு வாழ்க்கை வரலாற்று நூல்களிலும் இருவரின் இளமைப் பருவம், பிறப்பு வளர்ப்பு ஓரளவு சுட்டப் பெறுகின்றன. காந்தி அண்ணல், திரு.வி.க. ஆகிய நூல்கள் இரண்டும் அவர்தம் பண்பு நலங்களையும், தூய வாழ்க்கையையும் உணர்த்துவன வாகவே அமைந்துள்ளன.

சிறுவர்களுக்கான நூல்கள்

மு. வ. முதன்முதல் நூலாக எழுதத் தொடங்கியது குழந்தைகளுக்கும், சிறுவர்களுக்குமே ஆகும். 1942இல் 'குழந்தைப் பாட்டுக்கள்' என்னும் தலைப்பில் மு.வ.வின் முதல் நூல் வெளியாயிற்று. அதே ஆண்டில் 'சிறுவர்க்கான ஷேக்ஸ்பியர் கதைகள்' முதல் பகுதியும், அடுத்த ஆண்டில் - அதாவது 1942இல், சிறுவர்க்கான 'ஷேக்ஸ்பியர் கதைகள் - இரண்டாவது பகுதியும் வெளிவந்தன. சிறுவர்களுக்காக்க 'கழகத் தமிழ் இலக்கணம்' என்ற தலைப்பில் 1939இல் இரண்டு நூல்கள் எழுதினார்.

குழந்தைகளின் மனநிலை அறிந்து அவர்களை வளர்த்து நன்றாக வாழ்விக்க வேண்டும் என்ற நோக்கில் 'குழந்தை உளவியல்' என்னும் நூல் ஒன்றும் எழுதியுள்ளார்.

கவிதை நூல்

மு.வ.வை ஒரு நூலாசிரியராக முதன் முதலில் அறிமுகப் படுத்தியது 1939இல் சைவ சித்தாந்த நூல் பதிப்புக் கழகத்தின் மூலம் வெளிவந்த அவரது ‘குழந்தைப் பாட்டுக்கள்’ என்னும் கவிதை நூலே ஆகும். நிலாப் பாடல் தொடங்கி, தமிழ்நாடு முடிய 32 தலைப்புகளில் 32 கவிதைகள் கொண்டது இந்நூல். ஆண்டு விழா, மணி விழா மலர்களுக்கும் ஓரிரு சமயம் நூல் அணிந்துரையாகவும் இவர் கவிதை வழங்கியுள்ளார். இக் கவிதைகளின் மையப் பொருள், தமிழ் மொழி, தமிழ் இன நலம், தமிழ்நாட்டு முன்னேற்றம் பற்றியதாகவே பெரும்பாலும் அமைந்துள்ளன. சிற்சில போது பொங்கல் வாழ்த்தினைக் கவிதையாக எழுதி அச்சிட்டு நண்பர்களுக்கு அனுப்பியும் உள்ளார். எனினும் 1939இல் எழுதிய ‘குழந்தைப் பாட்டுக்கள்’ என்னும் நூல் மட்டுமே நூல் வடிவில் வந்தது ஆகும். வேறு கவிதை நூல் ஒன்று இவர் எழுதவில்லை.

பெரும்பாலும் அவர் கவிதைகள் ஆசிரியப்பா, ஆசிரிய விருத்தம் எனும் இரு வடிவங்களிலேயே அமைந்துள்ளன. 1958ஆம் ஆண்டு அவர் எழுதி வழங்கிய பொங்கல் வாழ்த்து இது. இது தமிழ் இன்பப் பொங்கலாகப் பொங்கல் பொங்குவ தற்குத் தமிழனிடம் இருக்க வேண்டிய பண்புகளைக் குறிக்கின்றது.

தமிழின்பப் பொங்கல்

தன்கடமை உயிர்ப்பாகத் தழைக்கும் பாண்மை
தருதுயரை மிகச்சிறிதாய்த் தள்ளும் ஆண்மை
தன்வாழ்வின் இன்பமதித் தேங்கா மேன்மை
தரணியுளோர் வளமையுறத் தாவும் செம்மை
மன்னுயிர்கள் பயிர்பறவை மாக்கள் எல்லாம்
மகிழ்ந்தாடல் கண்டுகுளிர் மாண்பின் செல்வம்
பொன்வாழ்வாம் இவைஇருந்தால் பொங்கும் உள்ளம்
பொலிவுறுமே தமிழின்பப் பொங்கல் தானே.

சிறுகதைகள்

மு.வ. என்று அன்போடு அழைக்கப் பெற்ற டாக்டர் மு. வரதராசனார் 1950ஆம் ஆண்டைத் தொடர்ந்து தமிழ் எழுத் தாளர் வரிசையில் ஒரு விண்மீனாக மிளிர்ந்தார். வாழ்க்கையின் இன்ப துன்பங்கள் எல்லாம் அனுபவித்து உணர்ந்து, தம்மைத்

தாமே உருவாக்கி கொண்ட ஓர் எளிய எழுத்தாளராகத் தான் அவர் தோன்றினார். அவர் ஓர் அறிஞராகத் திகழ்ந்தார். இந்த அவருடைய புகழ், அதுவரை தமிழ் அறிஞர்களால் ஏற்றுக் கொள்ளப் பெறாத இலக்கிய வடிவம் ஒன்றாகிய தம் புதினத்திற்கு ஏற்படும்படிச் செய்தது. தம்மைச் சார்ந்து பல நண்பர்களும் தம்பால் ஈடுபாடு கொண்ட மாணவர் குழுவும் கொண்ட அந்தப் பேராசிரியர் தமிழ்ப் புதினங்கள், சிறுகதைகள் ஆகிய தமிழ் இலக்கிய வடிவங்களுக்குத் தமிழ் அறிஞர் உலகம் பல்கலைக் கழகங்களில் கம்பர் இயற்றிய காவியத்தோடும், நச்சினார்க்கினியர் எழுதிய இலக்கண உரையோடும் ஒப்ப வைத்துக் கற்பிக்கும் ஒரு சிறப்பை உண்டாக்கினார்.

இலக்கியச் சிறப்பை இழக்காதவாறு எளிய, இனிய, தெளிந்த தமிழ் நடையில் அவர் கைதேர்ந்தவராய் இருந்தார். ஒரு பெர்னாட்ஷாவைப் போலத் தற்காலத் தமிழனுக்குத் தாம் மதித்துப் போற்றும் தமிழ்ப் பண்பாட்டை உணர்த்தினார். மு.வ. வின் பெருமையை முன்கூட்டியே உணர்ந்த திரு.வி.க. அவரைத் தமிழ் பெர்னாட்ஷா என அழைத்தார் என்ற தெ.பொ.மீ. முன்னுரை (The Sound of the smoke by Dr. Mu. Va. pp XI & XII). அவர் சிறுகதைகளுக்கும் புதினங்களுக்கும் அறிஞர்கள் அளித்த வரவேற்பையும், அவற்றை வளர்த்த வரலாற்றையும் குறிப்பிடும்.

'வாழ்க்கைச் சிக்கல்களை உணர்த்தி மனத்தை வளப்படுத்தி உயர்த்துதல் ஓய்வுக் காலத்தை நல்ல வழியில் போக்குதல் இவையே மு.வ. சிறுகதைகளின் நோக்கம்' என்பார் டாக்டர் இரா. மோகன் (*இந்தியப் பல்கலைக் கழகத் தமிழாசிரியர் மன்றம், 1974, ஆய்வுக் கோவை, ப. 525*).

அவர் எழுதிய சிறுகதைகள் பதினேழுதாம். அவை 'விடுதலையா?', 'குறட்டை ஒலி' என்ற இரண்டு நூல்களாக வெளிவந்துள்ளன. இவற்றுள் குறட்டை ஒலி, அந்த மனம் வருமா, அமாவாசையார், விடுதலையா? என்பன சிறந்த சிறு கதைகள். இவற்றுள்ளும் 'குறட்டை ஒலி' கால ஒருமை, கருத்து ஒருமை, ஆவலைத் தூண்டும் தொடக்கம், வறுமையின் கொடுமை, அன்பின் ஆழம், தாய்மையின் அருட்பண்பு இவற்றை எளிய குடும்பச் சூழ்நிலையில் படைத்துக் காட்டும் ஒரு சிறந்த சிறு கதை. அமாவாசையார் பாத்திரப் படைப்பில் சிறந்தது. விடுதலையா? நெகிழ்ச்சிப் போக்கில் அமைந்திருந்தாலும் ஒரு

நீண்ட வாழ்க்கையை நினைவு கூர்வது. பொதுவாக இவர் சிறு கதைகள் சமுதாயப் பொருளாதாரச் சிக்கல்கள் என்ன, அவை எவ்வாறு மக்கள் மனதை, சமுதாயப் பண்பாட்டைச் சீர் குலைத்து வருகின்றன என்பதைப் புலப்படுத்துவன. தமிழின் தரம் குறையாமல் அதன் நடை, நயம் கெடாமல் ஒரு தமிழ் நடையை வழங்கியதில், வளர்த்ததில் இவருடைய சிறுகதை களுக்குச் சீரிய இடம் உண்டு.

நாடகங்கள்

மு.வ. பதின்மூன்று நாடகங்கள் எழுதியுள்ளார். அவற்றுள் இளங்கோ, திலகவதியார், வீண் கனவு ஆகிய மூன்றும் இலக் கிய நாடகங்கள். இவை மூன்றும் 'மூன்று நாடகங்கள்' என நூல் வடிவில் வந்துள்ளன. இவர் எழுதிய வாழ்க்கை வரலாற்று நாடகமாகப் 'பச்சையப்பர்' என்பதனைக் குறிப்பிடலாம். பதி னெட்டாம் நூற்றாண்டில் வாழ்ந்த அறவோர் பச்சையப்பர் அளித்த நிதியினால் நடைபெறும் பச்சையப்பன் கல்லூரி வழி பல்லாயிரம் இளைஞர்கள் கல்வி பெறும் பெரும் பயன் நோக்கி பச்சையப்பரின் அருள் நெஞ்சம் புலப்படுமாறு அமைந்த நாடகம் அது.

இவர் எழுதிய சமுதாய நாடகங்கள் ஏழு. மனச் சான்று, கிம்பளம், ஏமாற்றம், பொதுநலம் என்னும் நான்கு நாடகங் களும் பச்சையப்பன் கல்லூரியில் அங்குப் பயின்ற மாணவர்கள் நடிக்க எழுதப் பெற்றன. 'மனச் சான்று' என்ற நூலில் இடம் பெறுவன. முதல் மூன்று சமுதாயப் பொருளாதார ஏற்றத் தாழ்வு எப்படி இளைஞர் வாழ்வைத் தாக்குறுத்துகின்றது எனப் புலப் படுத்துவன. நான்காவது காந்திய வழியில் தொண்டு புரிவது பற்றியது.

காதல் எங்கே? கடமை எங்கே? நன்மை எங்கே? என இவர் எழுதி 'காதல் எங்கே?' என்ற தலைப்பில் நூலாக வெளி வந்துள்ள நாடகங்கள் மூன்றும் காதல் திருமணம் கூடச் சமு தாயப் பொருளாதாரச் சீர்கேட்டால் எப்படிச் சிக்கலுக்குள்ளா கின்றன என எடுத்துகாட்டுவன. இவையும் நடிப்பதற்கு உரியனவே.

பொதுவாக நாடக இலக்கியங்களை நடிப்பு அடிப்படை யில் மூவகையாகப் பகுப்பர். நடிப்பதற்கு மட்டுமே உரிய நாட கங்கள், படிப்பதற்கு மட்டுமே உரிய நாடகங்கள், நடிப்பதற்கும் படிப்பதற்கும் உரிய நாடகங்கள் என்பனவே அவை. இந்த

மூவகைகளில் மூன்றாம் வகையான நடிப்பதற்கும் படிப்பதற்கும் உரிய நாடகங்கள் மு.வ. எழுதியன எனலாம்.

இவர் நாடகங்கள் கல்லூரி மாணவர்களையே நடிகர்களாக மனதில் கொண்டு எழுதியதனால் அதற்கு ஏற்ற நடையில் அமைந்துள்ளன. இலக்கிய நாடங்களில் மட்டும் மொழிநடை பெரிதும் கற்பதற்கு உரியதாக அமைந்துள்ளது.

கி.பி. 2000 (*சிந்தனைக் கதை*)

மு.வ. எழுதிய நூல்களில் இது ஒரு தனிச் சிறப்புடையது. இங்கு மு.வ.வின் இன்றைய நினைவும் நாளைய கனவும் உள்ளன. சிந்தனையும் கற்பனையும் இயைந்த இந்த நூலை நடத்திச் செல்வ தால் இதனைச் சிந்தனைக் கதை என்று அவர் குறிப்பிட்டுள்ளார்.

> இந்தக் கனவில் காண்பது ஒரு வகை அரசியல், பொருளியல், சமூக அமைப்பின் உருவெளியே, சட்ட விளக்கங்களும் அல்ல, புள்ளி விவரங்களும் அல்ல. எதிர் காலத்தைப் பற்றி நம்பிக்கை கொண்டு உணர்வதற்கும், தெளிவு கொண்டு எண்ணுவதற்கும் ஒரு தூண்டுகோலாகத் தொடங்கி விட்டால், படிப்படியாக உலகம் சீர்ப்படுவது உறுதி. எண்ணமே வாழ்வு. எண்ணம் சீர்ப்பட்டால் உலகம் சீர்ப்படுவது திண்ணம். ஒருவர் இருவர் எண்ணிப் பயன் இல்லை. மக்கள் பெரும்பாலோர் எண்ண வேண்டும். அவ் வாறு எண்ணும் நாள் என்று வருமோ, அன்றே புத்துலகம் பிறந்து விடும். அதுவே புத்துலகத்தின் திறவுகோல். அந்தத் திறவுகோலைத் தேட வேண்டுவது ஒவ்வொருவருக்கும் கடமையாகும். அந்தக் கடமையை நினைவூட்டுதலே இந்த நூலின் நோக்கம் ஆகும்.(*மு.வ. முன்னுரை, கி.பி. 2000*)

கி.பி. 2000, 1947இல் வெளியிடப் பெற்றது. ஆங்கிலத் தில் உடோபியன் நாவல் *(Utopian Novel)* என்ற சிந்தனைப் புதினப் போக்குடையது இது. தனி மனிதன், ஆட்சித் தலைவர் என்றில்லாமல் 'எல்லாரும் இந்நாட்டு மன்னர்' என்னும் பாரதி கண்ட கனவுக்கு ஏற்ப எல்லாருக்கும் ஆணுக்கும் பெண்ணுக்கும் ஆட்சி நடத்த உரிமை ஒத்த உயர்வு இந்தக் கனவு உலகில் உள்ளது. எல்லோரும் ஓர் குலம், எல்லோரும் ஓர் நிறை. எல் லோரும் கூடி வாழ்கிறார்கள், கூடி உழைக்கிறார்கள். தேர்தல் பண்டைய குடவோலை முறையில் நிகழ்கிறது. முதியோர் ஓய்வு கொள்ளும் அமைதி இல்லம், குழந்தைகள் வாழும் பேரின்பம் என்னும் சோலை, உலகை நடத்தும் உலகப் பேரவை இவை எல்லாம் இந்த கி.பி. 2000 கனவில் இடம்பெறுகின்றன.

இன்று கி.பி. 2000 வந்து விட்டது. ஆனால், மு.வ. கண்ட கனவு பலிக்கவில்லை. அவர் கூறியது போல மக்களுள் பலர் நம்பிக்கையும், தெளிவும் கொண்டு எண்ணத் தொடங் காததே அதன் காரணம் ஆகும்.

கடித நூல்கள்

மு.வ.வின் மனித நேயம், தமிழ் உணர்வு இவற்றைப் புலப்படுத்துவன அவர்தம் கடிதங்கள். அவர் தனிப்பட்டவர் களுக்கு எழுதிய கடிதங்கள், புதின உத்தியாகப் புதினங்களில் இடம்பெறும் கடிதங்கள், கடித வடிவில் எழுதிய நூல்கள் ஆகியன என மூன்று வகையாக அவர் கடித வடிவ எழுத்துக் களை வகைப்படுத்தலாம்.

தனிப்பட்டவர்க்கு எழுதிய கடிதங்கள்

அவரிடம் பயின்ற மாணவர்கள், பழகிய நண்பர்கள், அவர் படைப்பிலக்கியங்களைப் படித்து விட்டு அவை பற்றியும் அவற்றின் வழி மு.வ. என்னும் வழிகாட்டியிடம் தங்கள் குடும்பக் கவலைகளை, சிக்கல்களைக் கூறி அவற்றுக்குத் தீர்வு வேண்டியும் அவர் புதினங்களைப் படிக்குநர் எழுதும் கடிதங் களையும் அவற்றிற்கு மு.வ. எழுதிய பதில்களையும் தனி யார்க்கு எழுதிய கடிதங்களாகக் கொள்ளலாம்.

'என் சொந்த வாழ்வில் பிரச்சினைகள் எழுந்த போதெல் லாம் நான் மு.வ.விற்குக் கடிதம் எழுதினேன். அவைகளுக்கு அவரும் தவறாமல் உடனுக்குடன் பதிலும் எழுதி வந்தார்' என்ற டாக்டர் மோகன் அவர்கள் கூற்று இங்கு இதனைப் புலப் படுத்தும்.

'கள்ளோ காவியமோ', 'பாவை', 'மலர்விழி', 'பெற்ற மனம்', 'அல்லி', 'கரித்துண்டு', 'வாடா மலர்', 'மண் குடிசை' முதலிய தம் புதினங்களில் கடிதங்களைக் கட்டுக்கோப்பு, பின் னோக்கு, எதிர்பார்ப்பு, கதை மாந்தர் பண்பு நல விளக்கம் முதலிய உத்திகளுக்குப் பயன்படுத்தியுள்ளார். டாக்டர் வீராசாமி, மு.வ. ஒரு கடித எழுத்தாளர் (Mu.Va - A Letter Writer) என்னும் தம் ஆய்வுக் கட்டுரையில் 52 கடிதங்கள் அவர் புதினங் களில் பயன்படுத்தி உள்ளார்' என்று கூறுகிறார்.

இலக்கியக் கடிதங்களாக இவர் படைத்த நூலகள், 'அன்னைக்கு', 'தம்பிக்கு', 'தங்கைக்கு', 'நண்பர்க்கு' என்னும் நான்கு. இவற்றோடு 'யான் கண்ட இலங்கை' என்னும் இவர்

செய்த இலங்கைப் பயணம் பற்றிய நூலும் கடித வடிவில் அமைந்துள்ளது.

அன்னைக்கு, நண்பர்க்கு, தம்பிக்கு, தங்கைக்கு ஆகிய நான்கு கடிதங்களும் ஒரு கற்ற குடும்பத்தாரிடையே பரிமாறிக் கொள் வனவாக அமைந்துள்ளன. 'அன்னைக்கு' - தாய்க்கு மகன் எழில் எழுதும் கடிதங்களாக அமைந்துள்ளன. 'தம்பிக்கு' - தம்பி எழிலுக்கு அண்ணன் வளவன் எழுதுவதாக உள்ளது. வளவன் அண்ணனே தங்கைக்கு எழுதும் கடிதப் போக்கில் அமைந்தது. 'தங்கைக்கு' என்னும் கடித நூல். இக்கடிதங்கள் தங்கள் ஒரு வருக்கு ஒருவர் கருத்துப் பரிமாற்றம் செய்து கொள்வதாக அமைந்துள்ளன.

இக்கடித நூல்களின் வழி சமுதாயத்தில் காணப் பெறும் வறுமை, இவற்றுக்கான காரணங்கள், பெற்றோர் பிள்ளை களுக்கு இடையே உள்ள பண்பாட்டு இடைவெளி, காந்தியச் சிந்தனைகள், பெண்ணியம், தமிழ் இன ஒருமைப்பாடு, தமிழ் மொழிப் பற்று, தமிழரிடையே காணப் பெறும் குறைபாடுகள் முதலிய பொருள்கள் கற்போர்க்கு உணர்த்தப் பெறுகின்றன.

இவருடைய 'யான் கண்ட இலங்கை' என்னும் நூல் தன் மூத்த மகன் 'அரசுக்கு' இவர் எழுதிய ஐந்து கடிதங்களாக அமைந்துள்ளது. இவருக்குத் தாயுமானவர், திருவள்ளுவர்பால் உள்ள ஈடுபாடு, தான் ஒரு காந்தியன் என்ற தன்னிலை விளக் கம், இவருடைய விருப்பு வெறுப்புக்களை இந்தக் கடித நூல் வழி அறிய இயல்கிறது.

4. மு.வ. புதினங்களில் தமிழ் இலக்கியச் செல்வாக்கு

புதின, சிறுகதை அமைப்பில் பாத்திரப் படைப்பில் தனி மனிதச் சமுதாயச் சிக்கல்களை எடுத்துரைப்பதில் இவரைச் செல் வாக்குறுத்தியவர்கள் காண்டேகர், தாகூர் எனலாம். மேலை நாட்டாரைப் பொறுத்தவரை, ஆங்கிலேய எழுத்தாளர்களில் இங்கிலாந்தைச் சார்ந்த பெர்னாட்ஷா (Bernard Shaw, 1856-1950), சாமர்செட் மாம் (Somerset Maugham, 1874-1966), மு.வ. உகந்த இரு பெரும் எழுத்தாளர் என்பர் டாக்டர் வி. சச்சிதா நந்தன் (Dr. V. Sachithanandam, Dr. M. Varadarasan and Somerset Maugham). இந்தக் கட்டுரையில் பாத்திரப் படைப்

பில் சாமர்செட் மாம் எந்த அளவு மு.வ.வைச் செல்வாக்குறுத்தி யுள்ளார் என எடுத்துக் காட்டுகிறார். இப்படி மேலை நாட்டு நாவல் எழுத்தாளர் செல்வாக்கு, நாவல் வடிவம் ஆங்கில மொழி தந்த கொடை ஆனதால் தமிழ் எழுத்தாளர்க்கு இருத்தல் இயற்கையே. இதனைவிடத் தமிழ் இலக்கியச் செல்வாக்கு அவர் புதினங்களில் சிறப்பாகப் புலப்படக் காணலாம்.

திருவள்ளுவரையும், இளங்கோவையும், கம்பரையும், அவர்கள்தம் நூல்களையும், அவற்றின் தனிச் சிறப்புக்களையும் அமரகவி பாரதியார் தம் பாடல்கள் வழி தமிழ் மக்களுக்கு எடுத்துரைத்தார். ஒரு நாட்டு நலத்தில், சமுதாய வளர்ச்சியில் ஈடுபாடு கொண்ட எந்த எழுத்தாளனும் இப்படியே தான் வாழும் நாடு, சமுதாய நல நோக்கில் தனக்கு முந்தைய எழுத் தாளர்களை, அவர்கள்தம் எழுத்துக்களை அறிமுகப்படுத்துதல், அவர்கள்தம் கருத்துக்களுக்கு விளக்கம் தருதல், அவற்றிலிருந்து தாம் வேறுபடும் இடங்களை - மாறுபடும் இடங்களைச் சுட்டி உரைத்தல் இயல்பு. இவ்வகையில் மு.வ. தம் புதினங்களில் பண்டைத் தமிழ் இலக்கியங்களை அறிமுகப்படுத்துவதில் தனித்து நிற்கிறார்.

சங்க இலக்கியம், திருக்குறள், சிலப்பதிகாரம், திருவாச கம், தாயுமானவர் பாடல்கள் அவர் புதினங்களில் சிறப்பாக அவர் மூலமும், பாத்திரப் படைப்புக்களின் உரையாடல் வழியும் புலப்படுத்தப் பெற்றுள்ளன. இலக்கிய மறுமலர்ச்சி, இந்திய மொழிகளில், உரிமை வேட்கை உறவு எழுந்த இருபதாம் நூற்றாண்டில் அந்தந்த இந்திய மாநிலத்தில் வாழ்ந்த எழுத்தாளர் களிடையே புத்துணர்ச்சியைத் தூண்டியது. தங்கள் மக்கள் மனத் தில் மறைந்து போன, மறந்து போன தங்கள் மக்களை வாழ் விக்க வல்ல பழமைக்கும் புதுமைக்கும் பாலமாக அமைத்த பண்பாடுகளை நூலுருவாக்கம் செய்தது. அவ்வாறே தமிழ் மொழியில் உள்ள பண்டைய இலக்கியங்களை எடுத்துரைத்து, அவர்கள்பால் நாட்டுப் பற்று, மொழிப் பற்று, பண்பாட் டுணர்வு, சமய நெறி முதலியவற்றைத் தோற்றுவித்தல், தமிழ் எழுத்தாளர் கடனாயிற்று. இந்த வகையில் உழைத்த தமிழ்ப் படைப்பிலக்கியச் சான்றோர்களில் கவிஞர் பாரதியார் போலத் தம் காலத்துக்குத் தேவையான, ஏற்ற எழுத்துத் துறை பலவற் றில் ஈடுபட்டு, அவற்றை வளர்த்த பெருமை எழுத்தாளர் மு.வ. வைச் சாரும்.

மு.வ. அவர்கள் பழமைக்கும் புதுமைக்கும் பாலமாய்த் திகழ்ந்தார். பழந்தமிழ் இலக்கியங்களைப் போற்றுவதிலும், தொன்றுதொட்டு வரும் தமிழ்ப் பண்பாடுகளை, நெறிகளைக் காப்பதிலும் அவர் தலைசிறந்து நின்றார். அதே சமயத்தில் இன்றைய உலகப் போக்கை ஒட்டி அறிவுக்கு ஒத்த முறையில் நம் மொழியை வளர்க்க வேண்டும், நம் பழக்க வழக்கங்களைச் சீர்திருத்திக் கொள்ள வேண்டும் என்பனவற்றிலும் அவர் முன்னோடியாக விளங்கினார்.

'மு.வ. அவர்கள் பணிகள் யாவற்றிலும் தமிழ் வளர்ச்சி, தமிழின முன்னேற்றம், தமிழ் நாட்டுயர்வு ஆகியவையே உயிர்ப்பாய் ஒளிர்ந்தன. அவற்றைக் குறிப்பாகவும், வெளிப் படையாகவும் பல இடங்களில் வற்புறுத்தி, தமிழர்களைச் சிந்திக்கச் செய்த சிந்தனைச் சிற்பியாகத் திகழ்ந்தார் மு.வ. குறிப்பாக நாளை மலர்ந்து மணம் வீச இருக்கும் இன்றைய அரும்புகளாகிய இளைஞர்களை உருவாக்குவதில் அவர் கண்ணும் கருத்துமாக இருந்தார். அரசியல் அலையில் சிக்கித் தம் நிலை மறந்து, உணர்ச்சி வேகத்தில் நெறி கெட்டு அல்லலுறுவார்க்கு அரசியல் முதலியவற்றிற்கு அப்பாற் பட்டவராய்த் தமிழர்களை மூடி மறைத்துள்ள மாயை இருள் அகற்றி அவர்கள் செல்ல வேண்டிய வழி இது எனக் காட்டும் அகல் விளக்காக விளங்கினார் மு.வ.'.

(கோ. வில்வபதி, மு.வ. நினைவு மலர், பக். 188, 200)

வாழ்க்கையில் ஒவ்வொரு சிக்கலையும் எதிர்ப்படும் போது ஒதுக்கிச் செல்வதும் உண்டு; ஒதுங்கிச் செல்வதும் உண்டு. ஒதுங்கிச் செல்லும் வாழ்க்கை அச்சம் நிறைந்த வாழ்க்கை; ஒதுக்கிச் செல்லும் வாழ்க்கை அச்சமற்ற வாழ்க்கை. இந்த இரண்டும் பயனற்றவை. சிக்கலைத் தீர்த்து வெல்லும் வீரமே வேண்டும். அதுவே புத்துலகத்தின் திறவு கோல். (கி.பி. 2000, முன்னுரை, 1947)

அத்தகு சிக்கல்கள், சமுதாயச் சிக்கல், பொருளாதாரச் சிக்கல், அரசியல் சிக்கல், ஆண் பெண் பாலியல் உளவியல் சிக்கல் எனப் பலவாறாக விரிந்து கிடப்பதை மு.வ. கண்டார். இந்தச் சிக்கல்களிலிருந்து தற்காலத் தமிழ்ச் சமுதாயத்தை விடுவித்து நல்ல வழி காட்டும் ஆற்றல் தமிழ் இலக்கியத்திற்கு உண்டு என உணர்ந்தார்.

பழைய தமிழகத்திலிருந்து புதிய தமிழகம் தோன்றி வளர்ந்து வருகிறது. பழைய தமிழகம் தாய்; புதிய தமிழகம்

மு.வ. புதினங்களில் தமிழ் இலக்கியச் செல்வாக்கு

ஒரு சேய். தாயிடமிருந்து சேய் கற்க வேண்டியவை பல உள்ளன. பழைய தமிழகமாகிய அன்னையின் அனுபவ அறிவுகளைப் புறக்கணிக்க முடியாது. அந்த அறிவுகளைப் புதிய தமிழகம் எவ்வளவிற்கு ஏற்கின்றது.

(*மு.வ. அன்னைக்கு, முன்னுரை*)

பழந்தமிழர் இலக்கியத்தில் சான்றோர் உணர்வெல்லாம் தெளிவாகக் காண்கின்றோம். அவர்தம் உணர்வே தமிழன்னை யின் நெஞ்சம், (*தமிழ் நெஞ்சம்*, 1947).

'தமிழ்நாட்டிலே சிந்தனை ஆற்றலுடன் கற்பனை வளத் துடன் வளர விரும்புகின்ற இளைஞர்களுக்காக எழுதுகிறேன்' என்பது மு.வ. உரை. கலை வாழ்க்கைக்காகத் தான் என்பதில் உறுதியான கொள்கை உடையவர்.

'விருந்து' என்றும் 'செல்வம்' என்றும் 'ஆராய்ச்சி' என்றும் சங்க இலக்கியத்தை அறிமுகப்படுத்தியதோடு அமையாமல் தம் புதினங்களிலும் அவற்றைத் தக்கவாறு பயன்படுத்தித் தமிழர்க்குத் தம் பண்டைத் தமிழர்ப் பண்பாட்டை, காதல் உணர்வைப் புதின அமைப்பின் வழி, கதை மாந்தர் படைப்பின் வழி, அவர்கள் உரையாடல் வழி காட்சிப் புனைதல் வழி எல்லாம் புலப்படுத்தி யுள்ளார்.

அவருடைய புதினம் 'பாவை' சங்க இலக்கிய அகப் பொருள், களவொழுக்கத் துறைகளாகிய பகற்குறி, இரவுக்குறி, ஒருவழித் தணத்தல், அம்பல், அலர், இற்செறிப்பு, பசலை, தோழி, உடன்போக்கு முதலியவற்றின் பின்னணியில் காலத்திற் கேற்பச் சூழ்நிலை மாறப் புனைவோடு, படைக்கப் பெற்றது என்பதை மு.வ.வே கீழ்வரும் தம் பாவை நாவலுக்குரிய முன் னுரையில் எடுத்துணர்த்துகிறார்.

தமிழில் உள்ள அகப்பொருள் இலக்கிய இலக்கணத் தைப் பற்றிப் பேச்சு நிகழ்ந்த போது நண்பர் ஒருவர், "இதென்ன ஐயா! காலத்திற்கு உதவாத கருத்துக்கள்! கள வொழுக்கம் என்றால் எனக்கு வெறுப்பாக இருக்கிறது. பகற்குறி, இரவுக்குறி, ஒருவழித் தணத்தல், அம்பல், அலர், இற்செறிப்பு, பசலை, தோழி, உடன்போக்கு இந்தப் பெயர் களே பிடிக்கவில்லை" என்றார். "காலத்திற்கு உதவாத கருத் துக்கள் அல்ல, இக்காலத்தில் விளங்காத சொற்கள் என்று வேண்டுமானால் சொல்லுங்கள். இன்றும் காதல் வாழ்க்கை யின் தொடக்கம் பெரும்பாலும் அந்த நிலையில்தான் இருக் கிறது. களவொழுக்கத்தின் தினைப் புனம் முதலிய சூழல்

மட்டுமே மாறியிருக்கிறது. உள்ளத்து உணர்வு நகரங்களில் மாறி விட்டாலும் நாட்டுப்புறங்களில் பெரும்பாலும் அப் படியே இருக்கிறது'' என்று கூறி ஒரு கதையைப் புனைந்து சொன்னேன். காலப் போக்கால் நேர்ந்துள்ள சிற்சில வேறு பாடுகளையும் சுட்டிக் காட்டினேன். அவ்வாறு அப்போது புனைந்த கதையே 'பாவை'யாக எழுத்துருவம் பெற்றது.

அன்பு காதல் நெஞ்சங்கள் கூட இன்றைய சமுதாய நடைமுறைகளால், பொருளாதார ஏற்றத் தாழ்வால் சிதைவதைக் கருவாகக் கொண்ட 'கள்ளோ காவியமோ' என்ற புதின முன்னுரை.

> 'வருவது கொல்லோ தானே வாராது
> அவணுறை மேலிவன் அமைவது கொல்லோ
> புனவர் கொள்ளியின் புதல்வரு மஞ்ஞை
> இருவி இருந்த குருவி வரந்துறப்
> பந்தாடு மகளிரின் படர்தரும்
> குன்றுகெழு நாடனொடு சென்றஎன்
> நெஞ்சே.' *(கபிலர்)*

என்பது தினைப்புனம் - உலகம்; சமுதாயம் - மயில்; அதன் பெரிய உடலும் நீண்ட தோகையும் சட்ட திட்டங்கள்; காதல் நெஞ்சங்களே குருவிகள்.

அதன் முன் அமைந்துள்ள இந்தக் குறிப்பின் வழி இதனை உணரலாம். மங்கை - மணாளன் அருளப்பன் தன் நண்பனோடு ஒரு நாள் இரவு வருகிறான். மங்கை குருதிப் போக்கில் மூன்றாம் நாள் சோர்ந்து அவர்கள் வருகையை அறியாது படுத்திருக்கிறாள்.

அருளப்பன் அழைப்பைக் கேட்டு, ''உணவு இருக்கிறது - எடுத்து உண்ணுங்கள்'' எனப் படுத்திருந்தபடியே கூறுகிறாள்.

தன் நண்பன் முன் தன்னை மங்கை அவமதித்தாள் என்ற தவறான தன்மான உணர்ச்சியால், உடனே மங்கையை வெறுக் கிறான். இப்படி ஊடல் தொடங்கி அவள் வறுமையைச் சுட்டிக் காட்டி - அவள் உள்ளுணர்வைத் தீய்த்து, பின் அவள் பிரிய நேரிடுகிறது. இந்தக் கதைக் கருவிற்கு, ''குருவி வருந்துற மஞ்ஞை பந்தாடு மகளிரின் படர்தரும்'' என்ற கபிலர் பாட்டுத் தொடர் தூண்டுகோலாக அமைந்திருக்கக் காணலாம்.

மண் குடிசையில் மெய்யப்பன் மறைந்த உருவில் பெல் காமிலிருந்து தன் வீட்டுக்குச் செல்கிறான். அங்கு தன் மகள் நறுமலர் பொம்மை ஒன்றை வைத்துக் கொண்டு தன் தாய்

தன்னைப் பாராட்டுவதைப் போல அந்தப் பொம்மையைப் பாராட்டியதாக ஆசிரியர் கூறும் போது அவர் உள்ளத்தில்,

'என்கண் பாவைக்கு இனியநல் பாவை' என்னும் சங்க இலக்கிய அகத் திணைப் பாடல் தோன்றியிருக்கும்.

நற்றிணையில் மருதன் இளநாகனாரின் முல்லைத் திணைப் பாடல் காட்சி ஒன்று மண் குடிசையில் புனைந்துரைக்கப் பெற்றுள்ளது.

> ''அவர்கள் போகும் வழியில் ஒரு சேவல் எதையோ கொத்தியபடியே பெருமிதத்தோடு ஒருவகை ஒலி செய்தது. பெட்டைக் கோழி ஒன்று உடனே அங்கு வர 'கிக்கிக்' என்று ஒலி செய்து விட்டுச் சேவல் தன் தலையைத் தூக்கிப் பெருமிதத்தோடு பார்த்தது. பெட்டைக் கோழி அந்த இடத்தில் குத்தி ஒரு பெரிய பூரானைத் தன் அலகால் எடுத்தது. அந்தப் பூரான் குற்றுயிராய்த் துடித்து விழுந்து ஓடத் தொடங்கியது. கோழி மறுபடியும் அதைக் குத்தி எடுத்தது. சேவல் எதையோ தியாகம் செய்வது போல் தலையை நிமிர்த்து நின்று பார்த்துக் கொண்டிருந்தது.'' (*மண் குடிசை, பக். 16, 17*)

'உருக்குறு நறுநெய் பால்விதிர்த் தன்ன
அரிக்குரல் மிடற்ற அந்நுண் பல்பொறிக்
காமரு தகைய கார வாரணம்
பெயனீர் போகிய வியனெடும் புறவிற்
புலரா ஈர்மணல் மலிரக் கெண்டி
நாளிரை கவர மாட்டித்தன்
பேடை நோக்கிய பெருந்தகு நிலையே.' (*நற்றிணை 21*)

என்ற பாடலுக்கு மேற்காட்டிய புனைந்துரை பொழிப்புரை போல அமைந்து விளங்கக் காணலாம்.

செந்தாமரை என்னும் புதினத்தில், ''குறுந்தொகை காலத்தில் தான் இருந்திருந்தால் மிளகு நீரில் உப்பு இடாமல் போனால் என்ன? சமைத்தவளின் அன்பை விட வேறு சுவை ஏன்?'' என்று பாடியிருப்பேன் (*செந்தாமரை, ப. 89*) என்னும் இளங்கோவின் காதல் மொழி.

'முளிதயிர் பிசைந்த காந்தள் மெல்விரல்
கழுவுறு கலிங்கம் கழாஅ துடீஇக்
குவளை யுண்கண் குய்ப்புகை கமழத்
தான்றுழத் தட்ட தீம்புளிப் பாகர்
இனிதெனக் கணவன் உண்டலின்
நுண்ணிதின் மகிழ்ந்தன்று ஒண்ணுதல் முகனே.'
(*குறுந்தொகை 167*)

என்ற குறுந்தொகைப் பாடலின் மறுபதிப்பே ஆகும்.

'அன்னாய் வாழிவேண் டன்னைநம் படைப்பை
தேன்மயக்க பாலினம் இனிய அவர்நாட்டு
உவலைக் கூவல் கீழ
மான்உண்டு எஞ்சிய கலிழி நீரே.' (*ஐங்குறுநூறு 203*)

என்ற ஐங்குறுநூற்றுப் பாடல் கருத்து.

''தன் தாய் வீட்டுத் தோட்டத்துத் தேன் கலந்த பால் அவளுக்கு இனிக்கவில்லையாம். கலங்கல் நீர்தான் இருக்கிறதாம்'' என்று செந்தாமரை என்னும் புதினத்தில் உரையாடல் வழி (*செந்தாமரை, ப. 123*) புலப்படுத்துகிறார்.

செந்தாமரையில் இன்னோர் இடத்தில், வெள்ளிவீதியார் அகநானூற்றுப் பாடல் ஒன்று (*பாடல் 45*), ''ஆதி மந்தி போலப் பேதுற்று இகுவேன் கொல்லோ'' என்பது நினைவு கூறப் பெறுகிறது (*செந்தாமரை, ப. 68*).

மலர்விழி என்னும் புதினத்தில் காஞ்சனை அம்மையார் சங்க இலக்கியக் காதல் காட்சிகளை ஓவியமாக புனைந்து வரைந்திருப்பதை மு.வ. காட்டுவர்.

''நுண்ணிதின் மகிழ்ந்தன்று''

''வெற்றி அறிதும்''

என்னும் அகப் பாடல் கற்பு, காதல் காட்சிகளை ஓவியமாகக் கருதிய மு.வ. தம் புதினப் பாத்திரங்களின் வழி தம் ஆவலை நிறைவேற்றிக் கொள்கிறார்.

திருக்குறளும் சிலப்பதிகாரமும் மு.வ. போற்றிய தலையாய நூல்கள். ''தமிழகத்தின் முழு மணிகளாய் விளங்கி உலகிற்கு ஒளி பரப்பி வருவன சில. அவற்றுள் இங்கு குறிக்கத் தக்கன இரண்டு. ஒன்று திருவள்ளுவரின் திருக்குறள், மற்றொன்று கண்ணகியின் கற்புக் காவியம்'' (*கண்ணகி மு.வ. முன்னுரை*) என்ற மு.வ. கருத்தால் இதனை உணரலாம்.

மு.வ. தம் பாத்திரங்களின் வழி சமுதாயப் பிரச்சினை பலவற்றை அலசி ஆராய்ந்து தீர்வு காண்பதற்குத் திருக்குறள், சிலப்பதிகாரக் கருத்துகளையும், காப்பிய மாந்தர்களையும் பயன்படுத்திக் கொள்கிறார். அவ்வகையில் திருக்குறளின் சிறப்பும், சிலப்பதிகாரத்தின் பெருமையம் துலக்கமுறுகின்றன. அவற்றின் செல்வாக்கும் நமக்குத் தெளிவாகின்றது. கள்ளோ காவியத்தில் திருக்குறள் வழி மங்கை அருளப்பன் திருமணம் நிகழ்கிறது.

ஆசிரிரியர் முருகய்யா, ''ஓர் அதிகாரம் படி அம்மா, எங்கள் காது கேட்டு மகிழட்டும்'' என்றார். மங்கை வழக்கமான அமைதியோடு அன்புடைமையில் பத்துக் குறளும் படித்தாள். இறுதியில் தாயுமானவரின் கிளிக் கண்ணி பாடி முடித்தார். இவ்வாறு திருக்குறள் தமிழர் திருமணங்களில் முறையாகச் செயற்படுத்தப் பெற வேண்டும் என்னும் தம் எண்ணத்தைப் புலப்படுத்துகிறார் (*கள்ளோ காவியமோ*, ப. 75).

செந்தாமரையில் கதைத் தலைவன் இளங்கோ, ''என் திருமணத்தில் அந்தக் காமத்துப் பாலையும் மந்திரமாக ஓத வைக்க வேண்டும்... மந்திரக்காரனும் தந்திரக்காரனும் வேண்டா. ஆடம்பரமும் ஆரவாரமும் வேண்டா, மருதப்பன் போதும். திருக்குறள் ஓதுவான்'' என்று வலியுறுத்துவதாகக் குறிப்பிடுகிறார்.

தம் புதினக் கதை மாந்தர் சிலர் குறள் பொருளை உரை யாடல் வழி உணர்த்துவதாக எழுதிச் சென்றுள்ளார். சந்திரன் அழகிய தோற்றத்தையும், அவன் நண்பன் வேலய்யனின் பொலி வற்ற தோற்றத்தையும் ஆனால், அவர்கள் தம் உளப் பண் பாட்டையும் காட்டுவது போல உயர்நிலை பள்ளியில் வரலாற்று ஆசிரியர்.

''அம்பு நேரானது, யாழ் வளைவானது; ஆனாலும் யாழையே எல்லோரும் விரும்புவார்கள்'' என்று சொல்லி, ''கணைகொடிது யாழ்கோடு அதனதன் வினைபடுபாலால் கொளல்'' என்ற குறளை மேற்கோள் காட்டி, ''உடலின் அழகை விட உள்ளத்தின் அழகே போற்றத் தக்கது'' என்று வேலய்யன் நினைவோட்டத் தில் உரைப்பர் (*அகல் விளக்கு*, ப. 23).

மண் குடிசையில் பாண்டியன் அவன் மனைவியிடம் கொண்ட வெறுப்புப் பற்றி மங்கை நல்லாளும் மெய்யப்பனும் உரையாடும் போது (*ப.* 83) ''உள்ளத்தில் நிலையான வெறுப்பை வளர்த்துக் கொண்டால், பிறரிடம் எப்படி அன்பை எதிர்பார்க்க முடியும்? அன்பு என்பது அதையே கொடுத்துப் பெறும் பொருள்.'' இங்கு,

'அன்பிலார் எல்லாம் தமக்குரியர் அன்புடையார்
என்பும் உரியர் பிறர்க்கு.'

'அன்புற்று அமர்ந்த வழக்கென்ப வையத்தில்
இன்புற்றார் எய்தும் சிறப்பு.'

என்னும் குறள் உண்மைகள் புலப்படக் காணலாம்.

'வள்ளுவன் தன்னை உலகினுக்கே தந்து
வான்புகழ் கொண்ட தமிழ்நாடு.'

என்றார் பாரதியார்.

எவ்வெவ்வாறு வள்ளுவர், அவர் இயற்றிய திருக்குறள் வாழ்விற்குப் பயன்பட வேண்டும் என்று எண்ணினாரோ, அவ்வாறெல்லாம் அவர் படைத்த பாத்திரங்கள் வாழ்வதாக, எண்ணுவதாக உடன்பாட்டு வகையிலும் எதிர்மறை வகையிலும் திருக்குறளைத் தம் புதினங்களில் தெளிவுபடுத்திச் சொல்கிறார் மு.வ.

1956இல் வெளிவந்த தம் ஒன்பதாவது புதினமாகிய 'கயமை' முதற் பதிப்பில் திருக்குறளில் இடம்பெறும் கயமை அதிகாரத்தின் பத்துக் குறள்களையே அவர் அதன் முன்னுரை யாக அமைத்திருந்தார். திருக்குறள் ஓர் உலகப் பொது நூல் என்பதைச் சான்றோர் அறிவர். அது இந்திய தேசிய நூலாகப் போற்றத் தக்கது. அதனைத் தமிழ் மறையாகத் "திருவள்ளுவ மாலை" பாடிய புலவர் பலர் பாடிச் சென்றுள்ளனர். அவ்வகை யில் கல்லாடர், கௌதமனார், நத்தத்தனார், வெள்ளி வீதியார், கொடிஞாழல் மாணிப்பூதனார் ஆகியோர் பாடியனவாக உள்ள திருவள்ளுவ மாலை வெண்பாக்கள் உணர்த்த வல்லன.

அந்த உணர்வை, திருக்குறள் தமிழ்மறை என்ற உணர்வைத் தம் புதினக் கதை மாந்தர்கள் வழி செயல்படுத்த முனைகிறார் மு.வ.

'கள்ளோ காவியத்தில்' ஆசிரியர் முருகய்யா அருளப்பன் மங்கை திருமணத்தைத் தம் திருக்குறள் நெறியில் நிகழ்த்து கிறார். அருளப்பன் என்னும் கதை மாந்தர், "புதிய திருக்குறள் இரண்டு எடுத்து என் கையில் ஒன்றும் மங்கையின் கையில் ஒன்றுமாகக் கொடுத்தார். அறன் வலியுறுத்தல், இல்வாழ்க்கை, வாழ்க்கைத் துணை நலம் என்ற மூன்று அதிகாரங்களை மெல்லப் படித்தார். பின்னை என்னை ஏதேனும் ஓர் அதிகாரம் பாடுமாறு சொன்னார். அறிவுடைமை படித்தேன். அவர் மங்கை யைப் பார்த்து, "அம்மா ஏதாவது ஒரு திருக்குறள் படி" என் றார். இன்னும் அருளப்பன் கூற்றிலும் திருக்குறள் 'தமிழ் மறை' என்பதனை மு.வ. நிலைநிறுத்துகிறார்.

"சில நூல்களில் நிலையாமையை மிக மிக வற்புறுத்து கிறார்கள். சில நூல்களில் பெண்ணுடன் வாழ்வதே பாவம் என்கிறார்கள். சில துறவிகள் காசைக் கையாலும் தொடுவ

தில்லை. நம்மைப் போன்றவர்கள் என்ன செய்வது'' (*மண் குடிசை, ப. 174*). எல்லாவற்றையும் நடுநிலையாக ஆழ்ந்து சொல்லும் திருவள்ளுவரும் நிலையாமை சொல்கிறாரே'' என்ற மெய்யப்பன் கேள்விக்கு மெய்கண்டார் - அவர் (*திருவள்ளுவர்*) பொண்ணை மாயை என்றும், பிசாசு என்றும், பெண்ணுடன் மலக் கூடு என்றும் சொன்னாரா? பிறகு புத்தகத்தில் - நிலை யாமை அதிகாரத்தில்,

> **''அற்கா இயல்பிற்றுச் செல்வம் அதுபெற்றால்**
> **அதற்குப ஆங்கே செயல்.''**

என்று காட்டினார். பிறகு தாளில், ''அது பெற்றால் விட்டு விட்டு ஓடி விடு'' என்று சொன்னாரா? - என்று எழுதினார். திருக்குறள் வாழ்க்கையை வற்புறுத்துவது; வெறுப்பது அல்ல என்ற உண்மை இங்கு உணர்த்தப் பெறுகிறது.

மண் குடிசையில் (*பக். 174, 175*) - நரோந்திரர் மெய்யப்பனிடம் போப் மொழிபெயர்த்த திருக்குறளைக் கொண்டு வந்து, ''அறத்துப் பாலில் துறவு முதலான நான்கு அதி காரங்களைக் காட்டி இவற்றைத்தான் அடிக்கடி படிக்கச் சொல் கிறார், படிக்கிறேன். நல்ல பயன் இருக்கிறது'' என்கிறார்.

மெய்கண்டாரிடம், ''துறவு மெய்யுணர்வு, அவா அறுத் தல், ஊழ் என்னும் நான்கு அதிகாரங்களை அடிக்கடி படிக்கு மாறு சொன்னீர்களாம் அவருக்கு'' என்றேன் என்று மெய்யப்பன் கேட்கிறார்.

அதற்கு மெய்கண்டார், ''உடனே தாள் எடுத்து அன்பு டைமை, இனியவை கூறல் முதலியவற்றை யாரும் மறப்ப தில்லை. எல்லாருக்கும் தெரியும். பலரும் அடிக்கடி மறந்து விடும் சில உண்மைகள் இப்பகுதியில் உள்ளன. அதனால் படிக்கச் சொன்னேன். நரேந்திரர்க்கு மட்டும் அன்று தமிழர் அனைவருக் கும் கூறும் அறிவுரை ஆகும் இது. திருவள்ளுவர் அறத்துப் பாலில், இல்வாழ்க்கையை அடுத்து 'வாழ்க்கைத் துணை' என்னும் அதிகாரத்தை அமைத்து, அதன்வழி மனைவியின்பால் அமைய வேண்டிய நற்பண்புகளைச் சுட்டிக் கூறுகிறார். மண் குடிசையில் (*ப. 52*) குமரவேல் மெய்யப்பன் உரையாடல் வழி அந்த அதிகாரத் தலைப்பில் ஒரு மாற்றம் செய்கிறார். மெய்யப் பன் குமரவேலிடம் உரையாடும் போது,

> ''யாராவது ஒருவர் விட்டுக் கொடுக்க வேண்டும்;
> யார் விட்டுக் கொடுப்பது.''

"பழங்காலத்தில் ஆண்களுக்கு உரிமை இருந்தது. மனைவி கணவனைத் தெய்வமாகத் தொழுது வந்தாள். ஒரு பெண் அப்படி வாழ்ந்தால்தான் சமுதாயத்தில் அவளுக்கு மதிப்பு இருந்தது. அந்தக் காலத்தில் அதுதான் நாகரிக வழக்கம் - பேஷன் (Fashion) என்று ஆங்கிலத்தில் செல்வார்களே அது போல், இந்தக் காலத்தில் ஒத்த உரிமை வளர்ந்து வருகிறது. கணவனும் மனிதன்; வாழ்க்கைத் துணையாவன்" என்று குமரவேல் கூற்று வழி வாழ்க்கைத் துணை - திருவள்ளுவர் கூறுவது போல மனைவிக்கு மட்டும் அன்று, கணவனுக்கும் அந்தக் கடமைகள் உள்ளன எனக் குறிப்பாக நகைச்சுவை உணர்வுடன் காலத்திற்கு ஏற்பப் புலப்படுத்துகின்றனர்.

அதிகார வைப்பு முறைக்கு விளக்கம் தருவது போல் இரண்டு இடங்கள் அவர் புதினங்களில் கூறப் பெற்றுள்ளன. நெஞ்சில் ஒரு முள்ளில் (ப. 450) அன்புடைமையை அடுத்து விருந்தோம்பலைத் திருவள்ளுவர் அமைத்திருக்கும் காரணத்தைப் பின்வருமாறு கூறுகிறார்:

"குடும்பத்தின் அளவில் மனம் நிற்கும் போது, 'யான்', 'எனது' என்னும் எண்ணங்களே இருக்கின்றன. அந்த எண்ணங்கள் மாறும்படியாகச் சிலருக்குத் தொண்டு செய்தாலும் போதும். அன்பு பற்றிச் சொன்ன திருவள்ளுவர், அடுத்து வரும் விருந்தோம்பல் பற்றிச் சொல்கிறார். 'யான்', 'எனது' என்ற எண்ணங்களே இல்லாமல் தொண்டு செய்வதற்கு ஒரு வழியது."

இப்படியே விஜயா அம்மையார் கூற்றில் கடவுளுக்கு அடுத்தபடியாக மழையைத் திருவள்ளுவர் சிறப்பாகக் கூறியிருப்பதை விளக்குகிறார்.

விஜயா அம்மையார், "வான் சிறப்பில் உள்ள கருத்துக்களை வரிசையாகப் படித்தேன். இப்படி யாரும் எழுதியதாகக் கேள்விப்பட்டதில்லை. தெளிவாக அழகாக எழுதியிருக்கிறார். கடவுளுக்கு அடுத்தபடி மழையை வைத்துச் சிறப்பாகச் சொன்னது மிக மிக நல்லது (நெஞ்சில் ஒரு முள், ப. 56). இங்கு உலகச் சமயச் சிந்தனைவாதிகளிடமிருந்து வள்ளுவர் எவ்வாறு வேறுபடுகிறார்" என்று மு.வ. எடுத்துரைக்கிறார். திருவள்ளுவரின் கடவுள் நோக்கும் சிறப்பாகக் குறிக்கப் பெறுகின்றது.

கரித் துண்டு, கயமை முதலிய புதினங்களில் வள்ளுவம் ஈடிணையற்ற தத்துவ நூலாகக் காட்டப்பட்டு அதன் ஒளியில் அமைதி நிலைநாட்டப்படுகிறது என்பர் ம.ரா.போ. குருசாமி தம்

நூல் மு.வ. முப்பாலில் (ப. 59). திருக்குறளை ஒவ்வொருவரும் மனனம் செய்து வாழ்க்கை வழிகாட்டியாகக் கொள்ள வேண்டும் என்ற கருத்தைக் கயமை (ப. 182, நெஞ்சில் ஒரு முள், ப. 431) என்னும் புதினங்களில் வலியுறுத்துகிறார்.

பெற்ற மனத்தில் இடம்பெறும் அருளப்பர் தாம் சென்ற ஓஹியோ பல்கலைக் கழகத்தில் திருக்குறளை உலக நூலாகப் போற்றி நிறுவுகிறார் (ப. 311).

"குணம் நாடிக் குற்றமும் நாடி அவற்றுள் மிகை நாடி மிக்க கொளல்" என்ற திருக்குறள் வாழ்க்கைக்குப் புதிய நோக்கில் வழிகாட்டுகிறது. கரித்துண்டில் திருவேங்கடம் நினைவோட்டத்தில் (பக். 40, 41) உணர்த்தப் பெற்றுள்ளது.

"குணம் நாடிக் குற்றமும் நாடி அவற்றுள் மிகை நாடி மிக்க கொளல்" என்ற திருக்குறள் நினைவுக்கு வந்தது. குறள் வகுப்பு நடத்திய போது தமிழ் ஆசிரியர் அதற்குச் சொன்ன விளக்கமும் நினைவுக்கு வந்தது. இது அரசியலுக்கு மட்டும் அல்ல, குடும்ப இயலுக்கும் கொள்ளத் தக்கது. உங்கள் எதிர்கால மனைவியாரிடம் குற்றம் காணும்போது குணத்தையும் காணுங்கள். 'மிகை நாடி மிக்க கொள்ளுங்கள்' என்று ஆசிரியர் சொன்னது தக்க சமயத்தில் வந்து காத்தது.

சடங்கு வழிபாட்டில் காலில் விழுந்து வணங்குதலில் மு.வ.வுக்கு நம்பிக்கை இல்லை. நெஞ்சில் ஒரு முள்ளில் (ப. 409) 'தாள் தொழல்' என்ற குறள் தொடருக்கு இவ்வாறு விளக்கம் தருகிறார்:

> 'கற்றதனால் ஆய பயன் என்கொல் வாலறிவன் நற்றாள் தொழாஅர் எனின்' என்ற குறளுக்கு இவர் இப்படித்தான் விளக்கம் சொன்னார். கடவுளின் தாள் தொழல் என்பது அவனுடைய நெறியில் நிற்றல் என்று விளக்கம் சொன்னார். நெறி நின்றார் நீடு வாழ்வார் என்று திருவள்ளுவரே சொல்லியிருக்கிறார். படைப்பின் உண்மைகளை உணர்ந்து மதித்து நடத்தலே கடவுள் வழிபாடு என்பது அவருடைய கருத்து.

மலர் விழியில் இடம்பெறும் கலெக்டர் செல்வ நாயகத்தின் துணைவியார் காஞ்சனையும் அவர் வளர்ப்பு மகன் நாகுவும் அழிந்தொழிந்ததற்குக் காரணம் நன்றியின்மையே என்பதைத் திருவள்ளுவர் குறள் எவ்வளவு அனுபவமொழி என்பதை,

உலகத்தை உருக்குலையாமல் கட்டிக் காப்பாற்றும்
அந்த நன்றியுணர்வு ஒன்று இருந்தால் போதும். அது அந்த

அம்மாவுக்கு இல்லை. நாகுவுக்கும் இல்லையே. அதனால் தான் வாழ்க்கையில் தடுமாறி நின்றார்கள். 'செய்ந்நன்றி கொன்றார்க்கு உய்வு இல்லை' உண்மைதான். உலக வாழ்க் கையை, நெடுங்காலம் கண்டுணர்ந்து எழுதிய உண்மை தான். (*மலர்விழி, ப.* 229)

என்ற கருத்து வழிப் புலப்படுத்துகிறார்.

'புணர்ச்சி பழகுதல் வேண்டா...', 'உலகத்தோடு ஒட்ட ஒழுகல்' என்ற குறள் கருத்துக்கள் இந்தக் காலக் கண்ணோட் டத்தில் மு.வ.வால் அகல் விளக்கில் வேலய்யன் வழி விளக்க முறுகின்றன.

உயர்ந்த மக்களுக்கு அது உண்மையாக இருக்கலாம். ஆனால், சாதாரணமானவர்களுக்குத் தொடர்பும் பழக்கமும் இல்லாவிட்டால் நட்பு குறைந்து போகிறது. இளமையில் என்னோடு பழகிய நண்பர்கள் எங்கே இருக்கிறார்கள். மறந்தே போய் விட்டேன். புணர்ச்சிப் பழகுதல் இன்றைய வாழ்வில் தேவைப்படுகிறது என்பது மு.வ. கருத்து. உலகத் தோடு ஒட்ட ஒழுகல் என்று சொன்னால் உலகில் எந்த வகையான மக்களைப் பார்த்து நடப்பது? முன் காலத்தில் நம் நாட்டு நாகரிகமே ஒரு கிராம அமைப்புப் போல் தெளிவாக, எளிமையாக இருந்தது. இப்போது நம் நாட்டு வாழ்க்கை ஒரு சந்தை போல் பெருங்கலப்பாக ஆரவார மாக ஆகி விட்டது. ஆகையால், இப்போது உலகத்தாரைப் போல் நடப்பது என்றால் யாரைப் பார்த்து நடப்பது.

'நெஞ்சில் ஒரு முள்ளில்' முக்கிய கதை மாந்தருள் ஒரு வரான வட நாட்டு மங்கை விஜயா என்னும், கீதை முதலிய கலைகளைக் கற்று, உலகியல் தெளிவுடைய ஒரு பெண் வாயிலாகத் திருக்குறள் சிறப்புக்கள் ஒப்பு நோக்கில் உரைக்கப் பெறுகின்றன.

அந்த அழகான திருக்குறளை முதன்முதலாக அந்த மேசை மேல் விரித்து வைத்தேன். பொருள் செயல்வகை என்ற அதிகாரத்தின் தலைப்பைக் கண்டேன்.

'பொருளல் லவரைப் பொருளாகச் செய்யும்
பொருளல்லது இல்லைபொருள்.'

'இல்லாரை எல்லாரும் எள்ளுவர் செல்வரை
எல்லாரும் செய்வர் சிறப்பு.'

'பொருளென்னும் பொய்யா விளக்கம் இருளறுக்கும்
எண்ணிய தேயத்துச் சென்று.'

முதலில் இருந்த இந்த மூன்று குறளும் படித்தவுடன் புத்தகத்தை அப்படியே விட்டு விட்டுச் சிந்திக்கத் தொடங்கினேன். காலம் மாறி விட்டது. இது புது வகையான காலம். செல்வம் இருந்தால்தான் இந்தக் காலத்தில் மதிப்பு என்று பேசிக் கொள்கிறோம். ஆனால், இரண்டாயிரம் ஆண்டுகளுக்கு முன் திருவள்ளுவர் எழுதியதும் இப்படியே இருக்கிறது. (பக். 36-37). பின்னர் அறத்துப் பாலில் இல்லறம் பற்றிப் படித்து விட்டு எல்லோரும் துறவு, துறவு என்று துறவறத்தைப் புகழ்வதையே கடமையாக எழுதி விட்டார்கள். ரிஷிகள், முனிவர்கள், சந்நியாசிகள், பிட்சுகள் என்று பெருமைப்படுத்தியே எழுதி விட்டார்கள். இப்படி ஒரு பெரியவர் குடும்ப வாழ்க்கையைப் பெருமையாக எழுதி வைத்திருக்கிறார். இது பெரிய வேலைதான் (ப. 57).

வாழ்க்கைத் துணைநலம் படித்து விட்டு,

இதுவும் நல்ல கருத்துக்கள் உடையது. பெரிய பெரிய புராணங்கள் படித்தும், ஆண்களும் பெண்களும் அறிவு பெறுவது அரிதாக இருக்கிறது. இந்தப் பத்தும் அந்தப் பத்தும் உண்மையாக உணர்ந்து நம்பிக்கையோடு படித்தால் போதுமே என்றார் (ப. 57).

எல்லாம் மிகப் பொருத்தமான கருத்துக்கள். தள்ளக் கூடியது ஒன்றும் இல்லையே. நல்ல புத்தகம் இது (ப. 69). பொருள் அதிகாரத்தைக் கேட்ட போது,

மிக நன்றாக இருக்கிறதே. இந்தக் காலத்து அரசியலுக்கும் பொருத்தமாக இருக்கிறதே. அவ்வளவு பழங்காலத்திலேயே ஒருவருக்கு அரசியலில் இவ்வளவு தெளிவான அறிவு இருந்திருக்கிறதே (ப. 104).

வலியறிதல், காலமறிதல், இடனறிதல் ஆகியவற்றில் சிற்சில படித்தேன். எழுந்து நின்று என் முதுகைத் தட்டி, இவ்வளவு நன்றாக இருக்கும் என்று நான் எண்ணவே இல்லை என்றார். (ப. 104)

என்றிவ்வாறு திருவள்ளுவர் அறத்துப்பால், பொருட்பால், காலத்திற்கு ஏற்ற கருத்துக் கொண்ட நூல் எனக் காட்டுகிறார்.

திருக்குறளை உலகப் பொதுமறையாகப் பல்கலைக் கழகத்தில் அருளப்பர் உரையாற்றியது பெற்ற மனத்தில் இடம்பெறுகிறது. மண் குடிசையில் வாரத்தின் ஏழு நாட்களில் ஒவ்வொரு நாளும் ஒவ்வொரு புத்தகம் அரை மணி நேரம், பகவத் கீதை, பைபிள், மார்க்கஸ் அரேலியஸ், திருக்குறள், இராமகிருஷ்ணர்

உபதேசம், இராமதீர்த்தர், கலீல் ஜிப்ரான் முதலிய ஏழு நூல்கள் பேராசிரியர் நரேந்திரர், மெய்கண்டார் ஆகியோரால் பெல் காமில் கற்கப் பெறுகின்றன. அந்தச் சிறந்த ஏழு நூல்களுள் திருக்குறளும் ஒன்றாக இடம்பெற்றிருக்கிறது.

> *நெஞ்சில் ஒரு முள்ளல் கீதையோடு திருக்குறளை ஒப்பிட்டுப் பார்க்கிறார் விஜயா அம்மையார்.*

'இன்னா செய்தாரை ஒறுத்தல் அவர்நாண
நன்னயம் செய்து விடல்.'

என்ற பகுதியைக் கேட்டபோது கீதையை அந்த அம்மையே ஒப்பிட்டு எண்ணுகிறார். கீதை படித்துப் பார். வெறுப்பு இருந் தாலும் பயம் இருந்தாலும் எல்லாம் போய் விடும். மனிதன் தப்பு செய்வது இயற்கை என்று சொல்வார்கள். தப்பு செய்த வனுக்கும் உலகத்தில் வாழ்க்கை வேண்டும் அல்லவா? அவ னுக்குச் சோர்வும் வெறுப்பும் உண்டாக்கினால் பயன் என்ன? என்றார். புலால் உண்ணாமை என்ற பத்துக் குறள்களையும் படிக்கக் கேட்டு விட்டு,

> *சரிதான் போ! பகவத் கீதையில் சும்மா ஓர் இடத்தில் மாமிச உணவு என்று சொல்லி விட்டு போய் விட்டார். அதனால் நாங்கள் அவ்வளவு கவலைப்படுவதில்லை (ப.61).*

இப்படி கீதையோடு ஒப்பிட்டுத் திருக்குறளின் ஆழத்தை யும் அகலத்தையும் சிறப்பையும் புலப்படுத்துகிறார் மு.வ.

சிலப்பதிகாரம் மு.வ. நெஞ்சைக் கவர்ந்த தமிழ்க் காப்பியம். அதன் ஆசிரியர் இளங்கோ பற்றி நூல் ஒன்று எழுதி யுள்ளார். அவர் வாழ்வை நாடகமாகவும் புனைந்துள்ளார். அவர் கதை மாந்தரில் மாதவி என்ற பெயரும் உண்டு. அகல் விளக் கில் (*ப. 302*) கண்ணகி கோழை அல்லள்; அஞ்சா நெஞ்சினள் என்றும் சூரிய குண்டம், சோம குண்டம் மூழ்கிக் காமவேள் கோட்டம் தொழுதல் பீடு அன்று என்று மறுத்த செந்நெறியினள் என்றும், மாதவி வேசி அல்லள் கண்ணகியைப் போலவே உத்தமி என்றும், மலர் விழியில் 'மலர் விழி' என்னும் கதை மாந்தர் வழி நிறுவுகிறார்.

> *ஆடல் பாடலிலும் காவிய ஓவியத்திலும் சிறந்து பழகிய மனத்தை அன்பிலும் தொண்டிலும் அருளிலும் அறத்திலும் செலுத்தி விட்டால் மிக எளிதில் உயரப் பறந்து சிறப்பாக வாழ முடியும். அப்படித்தான் ஆடல் பாடல் கலையுணர்ச்சியால் கோவலனுக்குச் செய்த தீங்கையும்,*

கோவலன் கண்ணகிக்குச் செய்த தீங்கையும் எண்ணிப் பார்த்துத்தான் அந்தக் கலையுணர்ச்சியையும் மாதவி பழி வாங்கத் தொடங்கினாள். மணிமேகலையைத் தன் மகள் என்று சொல்லவும் கூடாது என்று உறுதி கொண்டாள்; கண்ணகியின் மகள் என்றே தன் வாயால் எல்லோரிடமும் சொன்னாள். அது மட்டுமா? அந்த மணிமேகலை தன் வயிற்றில் பிறந்திருந்தாலும், தன்னைப் போல் ஆடல் பாடல் களைக் கற்க தடுத்து விட்டாள். தன்னைக் கெடுத்த கலை அவளையும் கெடுக்கக் கூடாது என்றே அதைப் பழி வாங்கினாள். அவளை இளமையிலேயே துறவியாக்கி விட்டாள்; அறப்பெருஞ் செல்வியாக ஆக்கி விட்டாள்.

(*மலர்விழி*, ப. 294)

பெருங்காஞ்சிக்குச் சென்று நண்பன் சந்திரனைக் காணாது ஊருக்கு மீளும் போது வேலய்யன் செவியில் சந்திரனைப் பற்றிச் செய்திகள் விழுகின்றன.

நம்மாழ்வாரிடத்தும் திருவாய்மொழியிடத்தும் மு.வ.வுக்குப் பெரிதும் ஈடுபாடு உண்டு. தன் இரண்டாவது மகனுக்கு நம்பி என்ற பெயர் வைத்ததற்கு அதுவும் ஒரு காரணம்.

'இன்னுமா அந்தப் பிள்ளையைக் கெடுக்காமல் இருக் கிறார்கள்' என்ற ஒரு கிழவரின் உரையாடல் செவியில் விழு கிறது. சந்திரனுடைய வாழ்க்கையில் உண்மையாகவே களங்கம் தோன்றி விட்டதோ என்று வருந்துகிறான். பஸ்ஸிற்காக ஏரிக் கரையில் காத்திருக்கிறான். ஒரு வாய்க்கால் ஓரமாக வளர்ந்திருக் கும் அரளிச் செடியைப் பார்க்கிறான். அதன் அழகிய மலர்களும் பயனற்ற கூரிய இலைகளும் அவன் கண்ணில் படுகின்றன. பின்னர் தான் நிற்கும் பனை மரத்திற்குக் கீழிருந்து ஒரு நறு மணம் வருகிறது. அது பற்றி வேலய்யன் கூற்றில் மு.வ. கூறுவது:

என் இடக்கை பக்கம் ஒரு பனை மரத்தின் அடியில் துளசிச் செடி ஒன்று இருந்தது. அதன் மணம்தான் என்று உணர்ந்தேன். அந்தச் செடி அவ்வளவு அழகாகத் தோன்ற வில்லை. அதனிடம் கவர்ச்சியான மலர்களும் இல்லை. மலர்களுக்கும் இலைகளுக்கும் நிறத்திலும் அவ்வளவு வேறுபாடு இல்லை. ஆனால், துளசி மலர்களைப் போலவே துளசி இலைகளும் நறுமணம் வீசும் சிறப்பு ஒரு புதுமை என உணர்ந்தேன். குனிந்து ஒரு காம்பை ஒடித்து முகர்ந் தேன். அந்த நறுமணம் மலர்களின் மணமா, இலைகளின் மணமா என்று பகுத்துணர அறியாமல், அந்தக் கிளையில்

இலை இல்லாத குச்சியை ஒடித்து மூக்கின் அருகே கொண்டு சென்றேன். அது வெறும் குச்சி, இலை, பூ ஒன்றும் இல்லை. ஆனாலும் துளசியில் அருமையான நறுமணம் வீசியது. ஒருகால், இலைகளைத் தொட்ட என் விரல்களில் இருந்த நறுமணமோ என்று விரல்களை நன்றாக வேட்டியில் துடைத்து, அந்தக் குச்சியை மறுபடியும் மூக்கின் அருகே கொண்டு சென்றேன். முன்போல் நறுமணம் கமழவே, துளசிக் குச்சிக்கும் நறுமணம் இருத்தலைத் தெளிந்தேன்... அரளியையும் தாழையையும் படைத்த இறைவனே துளசி போல் எல்லாம் நறுமணம் கமழும் செடியையும் படைத் திருக்கின்றான் என்று எண்ணினேன். நண்பன் சந்திரனைப் போல் ஒரு பகுதி மட்டும் மணம் கமழ்ந்து, மற்ற பகுதி யெல்லாம் வெறுத்து ஒதுக்கத்தக்க வகையில் வாழ்வதை விட, துளசி போல் வாழும் தூய, எளிய வாழ்வு நல்வாழ்வு என்று எண்ணினேன் (*அகல் விளக்கு, பக். 117-118*).

இந்தப் பகுதி படிமமாக அமைந்து சந்திரன் வேலய்யன் பண்பு நலன்களை, எதிர்காலத்தில் அவர்கள் வாழ்வு அமையப் போகும் பாங்கினை எடுத்துரைக்கிறது. இவ்வாறு துளசி பற்றி அதன் பூ, இலை, காம்பு, குச்சி எல்லாவற்றிலும் மணம் கமழும் பாங்கு பற்றிய மு.வ. தோற்றுவித்த படிமத்திற்கு அடிப்படை அவர் கற்ற நம்மாழ்வார் திருவிருத்தப் பாடலே ஆகும். அது நாயக நாயகிக் குறிப்பில் கட்டுவிச்சிக் கூற்றாக அமைந்தது. தலைவனைப் பிரிந்த ஆழ்வார் நாயகியின் மெலிவு தலைவனின் மாலையால் தீரும் என்று கூறவந்த கட்டுவிச்சி, தலைவன் அணிந்த துளசி தார் அல்லது இலை அல்லது கொம்பு அல்லது கீழ் வேராயினும் அல்லது வேர் நின்ற மண்ணாயினும் கொண்டு வந்து தலைவியின் மேல் இடுங்கள். இவள் துயர் தீரும் என்ப தாக அந்தப் பாடல் அமைகிறது. துளசிச் செடியின் எல்லா உறுப்பும் மணம் கமழ்வது - அது இருந்த மண்ணும் மணம் கமழ்வது என்பதாக அந்தப் பாடல் அமைகிறது. அந்தப் பாடல் மு.வ.வின் நெஞ்சில் நின்று கமழ்வதைக் காணலாம்.

பாடல் இதோ:

'வாராயின முலையாளிவள் வானோர் தலைமகனாம்
சீராயின தெய்வநன் னோயிது தெய்வத் தண்துழாய்த்
தாராயினும் தழையாயினும் தன்கொம்பதா யினும்கீழ்
வேராயினும் நின்ற மண்ணாயினும் கொண்டு வீசுமினே.'

(*நம்மாழ்வார், திருவிருத்தம் 53*)

திருவாசகம்

தமிழ்ச் சமய நூல்களில் திருவாசகம், தாயுமானவர் பாடல் இரண்டும் அவர் இளமையிலிருந்து இறுதிக் காலம் வரை போற்றிப் பாராட்டிய நூல்கள். வேலம் தாழை ஓடைக் கரையில் தொடங்கிச் சென்னை அரசினர் மருத்துவ நிலைய சிறப்பு இதயப் பிரிவு அறையில் உயிர் பிரியும் வரை அவர் நெஞ்சில் நிலைத்தன - வாயில் தவழ்ந்தன திருவாசக, தாயுமானவர் பாடல்களே.

அவர்தம் ஒன்பதாவது புதினம் கயமையில் (1956) திருவாசகம் அறிமுகப்படுத்தப் பெறுகிறது. காலத்திற்கு ஏற்ப அதன் பாடல் சில புதிய நோக்கில் கருத்துரைக்கப் பெறுகின்றது. மண் குடிசையில் மெய்கண்டார் கண்ட அறிவியல் வழிபாட்டுக்கு உரிய பாடல் பல திருவாசகத்தில் அடங்கியுள்ளமை எடுத்துரைக்கப் பெறுகிறது.

திருவாசகம் சைவ சமயச் சான்றோர் இறந்த போது பலர் படிக்கிறார்கள். அதனால் பொதுவாக, தமிழ் இலக்கியம், திருவாசகம் பற்றி அறியாத பலர் திருவாசகம் என்றால் சாவுப் பாட்டு என்றே நினைக்கும் நிலை தமிழகத்துப் பாமர மக்களிடையே நிலவலாயிற்று. இது மு.வ. உள்ளத்தை உறுத்தியது. தம் புதினம் கயமையில் கயவன் கேசவராய நண்பர் தங்கசாமி மேடைச் சொற்பொழிவாற்ற உதவியாக வந்து சேர்ந்த ஒரு புலவர் காலையில் திருவாசகத்திலிருந்து சில பாடல்களை அவனுக்குப் பாடி உரைக்கிறார். திருவாசகம் என்ற பெயர் கேட்ட உடனேயே,

> அடடா எங்கள் அப்பா இறந்து போன போது இதைத்தான் தேடினார்கள். எங்கும் கிடைக்காமல் கடைக்குப் போய் வாங்கி வந்து பாடினார்கள். எல்லார் வீட்டிலும் சாவு நடந்தால் இதைத்தான் பாடுவார்கள். என்ன அய்யா! இந்த நல்ல காலை வேளையில் நல்ல பாட்டாகப் பாடிக் கருத்துச் சொல்லாமல் சாவுப் பாட்டைக் கொண்டு வந்து விட்டீர்களே! (*கயமை*, ப. 126)
>
> அய்யய்யோ அப்படி எண்ணாதீர்கள். உங்கள் மாமா நாள்தோறும் அதைப் பாடச் சொல்லிக் கேட்கிறார். சாவுக்கும் படிக்கலாம்; திருமணத்துக்கும் படிக்கலாம். ஏசுநாதர் பைபிள் போல என்கிறார் புலவர்.

என்ற அந்தத் தவறான கருத்தை மாற்றுகிறார்.

'திருவாசகம்' கிரிதரசாமி கேட்டார்:

‘அத்தேவர் தேவர் அவர்தேவர் என்று இங்ஙன்
பொய்த்தேவு பேசிப் புலம்புகின்ற பூதலத்தே
பத்தேதும் இல்லாதுஎன் பற்றறநான் பற்றிநின்ற
மெய்த்தேவர் தேவுக்கே சென்றூதாய் கோத்தும்பி.’

என்ற பாட்டைப் பாடினார் நல்லய்யன்.

இதுவும் அந்தச் சாமி பாடியதுதானா?

இல்லைங்க. இது மாணிக்கவாசகர் பாடியது.

இதெல்லாம் தெரிந்து கொண்டிருக்கிறாய். இவ்வளவு பாடம் பள்ளிக்கூடத்திலேயே கற்றுக் கொடுக்கிறார்கள். அப்படி இருந்தும் நாத்திகப் பிள்ளைகள் மிகுதியாகி விட்டார்கள்.

சரி, இந்தப் பாட்டுக்குப் பொருள் தெரியுமா?

தெரியும்.

சொல், பார்க்கலாம்?

‘இந்திரன் தெய்வம், அக்கினி தெய்வம், வாயு தெய்வம், பிரமன் தெய்வம், திருமால் தெய்வம் என்று இவ்வாறு பொய்யான தெய்வங்களைப் புகழ்ந்து பேசிப் பலவாறு வருந்துகின்ற இந்த உலகத்தில்’ — இவ்வாறு பழங்காலத்தில் உரை சொல்லி வந்தார்கள். இவ்வாறு சொல்லி வைணவம் முதலிய சமயங்களைப் பழித்து, இக் காலத்துக் கட்சிப் போர் போல், சமயப் போர்கள் நடத்தி வந்தார்கள். ஆனால், இந்தக் காலத்திற்கு ஏற்றாற் போல், அதன் கருத்தைப் பயன்படுத்தலாம். பணமே தெய்வம், பதவியே தெய்வம் என்று எண்ணிப் பணமுடையவர்களை யும் பதவியில் உள்ளவர்களையும் நாடி வழிபட்டுப் பொய் யான தெய்வங்களைப் புகழ்ந்து பேசி உலகத்தார் வருந்து கிறார்கள். இப்படிப்பட்ட உலகத்தில் யான், எனது என்னும் பற்றுகள் - தன்னலமான எண்ணங்கள் நீங்கும்படியாக யான் இறைவனைப் பற்றினேன். அவனே மெய்யான தெய்வம். மேற்சொன்ன பதவி, பணம் முதலியவை அழிந்தாலும் அழியாத, அவற்றிற்கெல்லாம் மேம்பட்ட மெய்யான தெய்வம். தும்பீ! அந்தத் தெய்வத்தை நீயும் பாடி ஊதுக என்று மாணிக்கவாசகர் ஒரு தும்பியைப் பார்த்துப் பாடுவது போல் அமைந்துள்ளது (*கயமை, பக். 271, 273*).

மண் குடிசையிலும் திருவாசகப் பாடலுக்குக் காலத்திற் கேற்பப் புதுப் பொருள் உரைக்கப் பெறுகிறது. மெய்கண்டார் அவ்வாறு கூறுகிறார்.

குளித்துச் சிற்றுண்டி முடித்து வந்த பிறகு, ஒரு தாளில் ‘கொள்ளேன் புரந்தரன் என்ற திருவாசகப் பாட்டு வருமா?’

என்று எழுதினார்.

'கொள்ளேன் புரந்தரன் மால்அயன் வாழ்வு; குடிகெடினும்
நள்ளேன் நினதடி யாரொடல் லால்; நர கம்புகினும்
எள்ளேன் திருவரு ளாலே இருக்கப் பெறின்; இறைவா
உள்ளேன் பிறதெய்வம் உன்னையல் லாதெங்கள் உத்தமனே.'

என்று பாடினேன். மறுபடியும் நிறுத்திப் பொருளுணர்ச்சியோடு பாடுமாறு பணித்தார். அவ்வாறே பாடினேன்.

''இது ஓர் உயர்ந்த மனநிலை. ஒரு நெறியில் நடந்து உண்மைப் பயன் கண்டவர்கள், அந்த நெறியை விடாமல் போற்றும் மனநிலை இது. கடவுளடியார்க்கு மட்டும் அல்ல, கற்புடைய மனைவிக்கும் இந்த மனநிலை வேண்டும். இது இருந்தால்தான் குடும்ப வாழ்க்கையில் வெற்றி கிடைக் கிறது. நரேந்திரரின் மனைவிக்கு இந்த மனம் இருந்தது. உங்கள் மனைவிக்கு இது இல்லை'' என்று எழுதினார்.

''எல்லாரும் நாயகி நாயக அன்பைச் சொல்லிக் கடவுளன்பை விளக்குவார்கள். நீங்கள் கடவுளன்பைக் கொண்டு குடும்ப அன்பை விளக்குகிறீர்களே'' என்றேன்.

''இந்தப் பாட்டுக் குடும்ப அன்புக்கு மட்டும் அல்லாமல், கட்சி அரசியலுக்கும் பொருந்தும். எந்தக் கட்சித் தலைவரும் இப்படிப்பட்ட மாறாத மனநிலை உடையவர்களையே துணைவர்களாகக் கொள்ள விரும்பு கிறார்கள். கடவுள் இல்லை என்று ஒரு கட்சி ஏற்பட்டால், அதன் தலைவரும் இப்படிப்பட்ட மாறாத அன்பும், பணி வும், உறுதியும் உள்ள தொண்டர்களையே பற்றிக் கொள் வார். இப்போது, அந்தப் பாட்டை மறுபடியும் பொரு ளுணர்ச்சியோடு பாடிப் பாருங்கள்'' என்று எழுதினர். (*மண் குடிசை, பக். 218-219*)

திருவாசக வழிபாடு மெய்கண்டாரால் மண் குடிசை யில் உணர்த்தப் பெறுகிறது. கூடத்தில் பேசிக் கொண் டிருந்த போது, சான்றோர் திருவாசகத்தை எடுத்து வந்து உட்கார்ந்தார். சில பாட்டுக்களைக் குறித்து அவற்றின் பக்கங்களையும் குறித்த தாள் ஒன்றை என்னிடம் தந்தார். அந்தத் தாளின் கீழே, இந்தப் பாட்டுக்களை வரப் படுத்துங்கள். நாள்தோறும் ஓர் இடத்தில் உட்கார்ந்து இவற் றின் பொருளை ஒரு சிறு பகுதியும் விடாமல் ஆழ்ந்து உணர்ந்து சிந்தனை செய்யுங்கள். 'வானாகி' என்றால் மனக் கண்ணில் வானத்தைக் காண வேண்டும். இவ்வாறு ஒவ் வொரு தொடருக்கும் பொருளுணர வேண்டும். கண்களை

மூடி எண்ணி உணருங்கள். இந்தப் பழக்கம் பெரிய நன்மை விளைவிக்கும் என்று எழுதியிருந்தார். பேராசிரியர் என்ன என்று கேட்டார். அவருக்குச் சொன்னேன். 'வானாகி மண் ணாகி', 'பூதங்கள் ஐந்தாகி', 'கூறும் நாவே முதலாக', 'பார் பதம் அண்டம்', 'இன்றெனக் கருளி', 'நிலம் நீர் நெருப்பு' என்று அவர் குறித்திருந்தார் (*மண் குடிசை, பக். 212*).

தாயுமானவர் பாடல்

மங்கை அருளப்பன் திருமணம் திருக்குறள் பாடி நிகழ் கிறது. அறன் வலியுறுத்தல், இல்வாழ்க்கை, வாழ்க்கைத் துணை நலம் பாடித் தொடங்குகிறார் ஆசிரியர் முருகய்யா. பின் மண மகன் அருளப்பன் அறிவுடைமையையும், மணமகள் மங்கை அன்புடைமை பத்துக் குறளும் படிக்கிறாள். நிறைவாக ஆசிரியர் முருகய்யா,

'அந்தமுடன் ஆதி அளவாமல், என்அறிவில்
சுந்தரவான் சோதி துலங்குமோ? பைங்கிளியே'

எனத் தாயுமானவர் பைங்கிளிக் கண்ணியில் ஆறு பாடல்கள் பாடி நிறைவு செய்கிறார்.

அறிவியல் முறைப்படி அமைந்த சமய வழிபாடு ஒன்றை மெய்கண்டார் குறிப்பிடுவதாகப் பேராசிரியர் நரேந்திரர் மெய்யப்பனுக்குக் குறிப்பிடும் வழிபாட்டில் முடிந்த முடிவாக நிறைவாக இடம்பெறுவது தாயுமானவர் பாடலே ஆகும் (*மண் குடிசை, பக். 229-30-31*).

'கண்ணில் காண்பதுன் காட்சி
கையால்தொழில்
பண்ணல் பூசை பகர்வது மந்திரம்
மண்ணொடு ஐந்தும் வழங்குயிர் யாவுமே
அண்ண லேஉன் அருள்வடி வாகுமே'

அந்த நாள், (ப. 5) என்னும் புதினத்தில் ஆறுமுகம் என்னும் கதை மாந்தர் தன்னைப் பற்றிக் கூறும் போது,

"நான் ஏட்டுப் படிப்போடு நின்றவன் அல்ல; நான் கற்ற தாயுமானவர் பாட்டு, மற்றவர்களுக்கு எடுத்துச் சொல்லி நல்ல சொற்பொழிவாளன் என்று பெயர் எடுப்பதற்காக அல்ல."

மண் குடிசையில் மெய்யப்பன் தன் குடும்பத்தை விட்டுப் பிரிந்து தில்லியில் தங்கியிருந்த போது, "நான் காலையில் தாயுமானவர் பாடல்களையும் மாலையில் காந்தி

யடிகள் அறிவுரைகளையும் படித்து வந்தேன்'' என்று கூறு கிறான்.

அகல் விளக்கில் (*ப. 316*) வேலய்யன் தங்கை மணி மேகலையிடம், ''இன்று காலையில் தாயுமானவர் பாடலில் ஒரு பாட்டு படித்து அப்படியே மனம் உருகி விட்டது''

''ஓடும் செம்பொனும் ஒன்றாகக் கண்டவர்கள்
நாடும் பொருளான நட்பே பராபரமே''

உடனே எனக்குத் திருக்குறள்கள் நினைவுக்கு வந்தன. வேண்டின் உண்டாகத் துறக்க, வேண்டாமை அன்ன விழுச் செல்வம் - மனப்பாடம் செய்தாயே நினைவு இருக்கிறதா? இனிமேல் கொஞ்சம் ஆழ்ந்து படி. மற்றப் பெண்கள் மதிப்பைப் பற்றிக் கவலைப்படாதே''

என்று பாக்கியத்தம்மாள் அறிவுரையும் ஆறுதலுரையும் வழங் கியதாகக் கூறுகிறான்.

பெல்காமுக்குச் சென்ற மெய்யப்பன் அங்குள்ள ஓர் ஆற்றங்கரை ஓரமாக மாலையில் நடந்து செல்கிறான். வழியில் ஆற்றங்கரை ஓரம் ஒரு பாறை. அங்கு அமர்கிறான். எங்கும் இயற்கைக் காட்சிப் பெரும் பேரழகுக் காட்சியை நல்குகின்றது. அந்த இயற்கை எழிலில் தோய்ந்த அவன்,

'பார்க்குமிட மெங்கும் ஒரு நீக்கமற நிறைகின்ற
பரிபூரணானந்தமே'

என்ற தாயுமானவரின் 'அங்கிங்கெனாதபடி' என்ற பாடலை நினைவு கூர்கிறான் (*மண் குடிசை, ப. 148*).

பெல்காமில் ஆற்றங்கரை ஓரம் பாறை ஒன்றில் அமர்ந்த படி தாயுமானவர் பாடலொன்றைப் பாடியவாறே அங்குத் திகழ்கின்ற இயற்கை அழகில் ஈடுபடுகிறான் மெய்யப்பன். பின்னர் ஏதோ ஒரு முழுப் பாட்டைப் பாட வேண்டும் என்று நினைக்கிறான்.

'கீதம் இனிய குயிலே! கேட்டியேல் எங்கள் பெருமான்
பாதம் இரண்டும் காணில் பாதலம் ஏழினுக்கப்பால்
சோதி மணிமுடி சொல்லிற் சொல்லிறந்து நின்றதொன்மை
ஆதிகுணம் ஒன்றும் இலான் அந்தம் இலான்வரக் கூவாய்.'

எனத் தொடங்கும் திருவாசகக் குயிற்பத்தும் பாடுகிறான்.

நான் பாடுவது என் உள்ளத்தையே மயக்கும் கவர்ச்சி உடையதாக இருந்தது. அவ்வளவு கவர்ச்சி மிகும்படியாகச் செய்தது அந்த இயற்கை எழில் மிகுந்த சூழ்நிலையும்

தனிமையும். மேலும் பாட வேண்டும் என்று தோன்றி
யதால், மாணிக்கவாசகரின் கோயில் திருப்பதிகத்தின் பத்துப்
பாட்டையும் பாடலானேன். அந்தாதியாக அமைந்த அந்தப்
பத்துப் பாட்டுக்களையும் பாடி, 'எந்தையே ஈசா உடலிடம்
கொண்டாய் யானிதற்கிலனோர் கைம்மாறே' என்ற ஈற்றடியை
மூன்று முறை பாடித் திரும்பினேன். முப்பது நாற்பது அடிகள்
தொலைவில் என்னைப் போலவே அந்த ஆற்றங்கரையில்
இன்னொரு பாறை மேல் ஒருவர் இருந்ததைக் கண்டேன்.
கைகாட்டி சைகை செய்து என்னை மீண்டும் பாடும்படிக்
கேட்டார்.

'அப்பாநான் வேண்டுதல் கேட்டு அருள்புரிதல் வேண்டும்
ஆருயிர்கட் கெல்லாம் நான் அன்புசெயல் வேண்டும்'
என்ற இராமலிங்க சுவாமிகளின் அருட்பாவைப் பாடத்
தொடங்கினேன். உடனே, அவர் கண்களை மூடி அமைதி
யானதைக் கண்டேன். அந்தப் பகுதியில் எனக்கு நினைவில்
இருந்த ஐந்து பாட்டுக்களைப் பாடி முடித்தேன். மறுபடி
யும் கண்கள் திறந்தேன். என்னைக் கையெடுத்துக் கும்பிட்டு,
மாலையாகி விட்டது என்று போகுமாறு சைகை செய்தார்.
விடுதியில் தங்கியிருந்த ஒருவர் டால் ஏரிக்கு வடகிழக்கு
மூலையிலிருந்து ஒரு மைல் தொலைவில் ஊருக்கு
அப்பால் ஒரு நல்ல இடம் உள்ளது என்றார்... மறுநாள்
அவர் சொன்ன திசையை நோக்கிச் சென்றேன். ஊருக்கு
அப்பால் காலை ஆறு மணிக்கே மக்கள் அந்தப் பகுதியை
நோக்கி நடப்பதைக் கண்டேன். அவர்களைத் தொடர்ந்து
சென்றேன். பெரிய உருத்திராட்ச மரம், அதன் நிழலில் சிவ
லிங்க வழிபாடு. அருகில் குளிர்ந்த சுவை, இவற்றைக்
கடந்து சென்று சிறிது தெற்கே ஒரு மரத்தின் கீழே பாறை
ஒன்றில் அமர்ந்து தாயுமானவரின் ஆனந்தக் களிப்பைப்
பாடுகிறான். அப்போது பெல்காமில் கண்ட அந்தச் சான்
றோர் அங்கு வந்து மேலும் பாடுமாறு சைகை செய்கிறார்.
பைங்கிளிக் கண்ணியில் சில கண்ணிகள் பாடுகிறான் அவன்.

பின்னர் அவர் மெய்யப்பனைத் தாம் தங்கியிருக்கும்
ஆய்வுக் கூடத்துக்கு அழைத்துச் செல்கிறார். அங்கு நரேந்திரர்
என்ற பேராசிரியர் ஒருவரை அறிமுகப்படுத்திச் சில நாள் தங்கிச்
செல்லுமாறு கூறுகிறார்.

காலையில் சிற்றுண்டி ஆனதும் கால் மணி நேரம்
கழித்துச் சான்றோர் கையில் ஒரு புத்தகத்துடன் மெய்யப்பனை
நோக்கி வருகிறார்.

அந்தப் புத்தகத்தைப் பிரித்து 'ஆகார பவனம்' எடுத்துத் தந்தார் (ப. 164).

பின் சரியாக மூன்று மணிக்கு அவர் வந்தார். தாயுமானவர் பாடலில் 'கல்லாலின' என்ற பகுதியை எடுத்துத் தந்து பாடச் செய்தார் (ப. 166).

உருமறைந்த நிலையில் தன் ஊர் செல்லும் மெய்யப்பன் கண்ணில் கேசவராயர் படத் திறப்புப் பாராட்டு இதழ் தென் படுகிறது. மனம் உணர்ச்சி வயப்படுகிறது. சமநிலைப்படுத்த,

'எனக்கெனச் செயல் வேறிலை'

என்ற தாயுமானவர் பாடலைப் பாடி அமைதியடைகிறான். இறுதியாகத் தான் கண்ட அறிவியல் வழிபாட்டின் ஐந்தாவது படியாக - உச்ச கட்டமாக - உயர் நிலையாக மு.வ. சுட்டுவது பின்வரும் தாயுமானவர் பாடலே ஆகும்.

'ஐந்தாவது முறைதான் இவ்வளவுக்கும் பயனாக விளங்க வேண்டியது. கண்கள் மூடியிருக்கத் தேவையில்லை; மூலை வீடு தேவையில்லை. பரந்த உலகத்தில் திரியலாம்; தொழில் செய்யலாம். அங்கங்கே பார்ப்பவை, கேட்பவை, பிறர் பேசுபவை, பிறர் செய்வன, மற்ற உயிரினங்களின் வாழ்க்கை, வாழ்க்கைப் போராட்டம், காதல், காமம், உயிர் இல்லாத தீ, நீர், காற்று முதலியவற்றின் இயக்கம் ஆகிய எல்லாவற்றிலும் கடவுளின் ஆட்சியை உணர்தல் இது.'

'கண்ணில் காண்பதுன் காட்சி கையால்தொழில்
பண்ணல் பூசை பகர்வது மந்திரம்
மண்ணொடு ஐந்தும் வழங்குயிர் யாவுமே
அண்ண லேநின் அருள்வடி வாகுமே.'

இதுதான் வளர்ந்த பூசை என்று எழுதியிருந்தார்.

கடைசியில் எழுதப்பட்ட பாட்டு யாருடையது என்று தெரியவில்லை; கேட்டேன். 'தாயுமானவர்' என்று எழுதினார்.

பேராசிரியர்க்குச் சொன்னேன். ''இவ்வளவும் எனக்கும் ஆங்கிலத்தில் எழுதிக் கொடுத்துள்ளார். ஐந்து வகை வழிபாடு தானே?'' என்றார்.

''ஆம்'' என்றேன்.

''நான் அந்தத் தாள்களை இன்னும் காப்பாற்றி வைத்திருக்கிறேன். இவற்றை நன்றாகப் பழகியிருக்கிறேன்.

தாள்கள் தேவையில்லை. என்றாலும் வைத்திருக்கிறேன். இந்த முறைகள் மிக நல்லவை. அறிவியல் முறைப்படி அமைந்த சமய வழிபாடு இது'' (*மண் குடிசை, பக். 231*).

இவ்வாறு மு.வ. தம் புதினங்களில் கதை மாந்தர் வழி தற்காலத் தமிழ் மக்களுக்கு முற்காலச் சான்றோர் எழுதிய தமிழிலக்கியச் சிறப்புக்களை எடுத்துக் காட்டி நல்வழிப்படுத்து கிறார்.

5. இலக்கியத் திறனாய்வாளர் மு.வ.

இலக்கியம் தோன்றியதை அடுத்து இலக்கியத் திற னாய்வு தோன்றி விடும். தமிழ் இலக்கியத் திறனாய்வு தொன்மை வாய்ந்ததாக உள்ளது. பழைய தமிழ் இலக்கண நூலாகிய தொல்காப்பியத்தின் மூன்றாம் பகுதியான பொருளதி காரத்தை ஆராய்ந்தால் அந்த உண்மை தெற்றெனப் புலப் படுகிறது. திறனாய்வுத் துறைக்கு இன்றியமையாத பகுதி கள் மெய்ப்பாடு பற்றியும், உவமை பற்றியும், செய்யுள் இலக்கணம் பற்றியும் தொல்காப்பியனார் கூறியன ஆகும். உணர்ச்சியின் புலப்பாடு பற்றிக் கறும் மெய்ப்பாட்டின் இலக்கணம் திறனாய்வுக்கு இன்றியமையாதது. ஆனால், இப்பகுதி தொல்காப்பியனார் விட்ட இடத்திலேயே நின் றுள்ளது. பின்னர் வளரவில்லை... திறனாய்வு என்பது அறி வியல் துறைகளுள் ஒப்பாக வைத்துப் போற்றத் தக்கது. அறிவியலில் விருப்பு வெறுப்புக்கு இடம் இல்லை. உண்மை நாடும் நாட்டம் ஒன்றே அங்கு தேவை. திற னாய்வுத் துறையில் அம்முறையைப் போற்றி இலக்கியப் பெற்றியை மட்டும் ஆராயும் திறன் பெருகினால் தமிழ் பெருமையுறும்.

(*மு.வ., 'தமிழ் இலக்கியத் திறனாய்வு', இரண்டாவது உலகத் தமிழ் மாநாடு விழா மலர், ப. 47*)

இவ்வாறு தமிழ் இலக்கியப் பெற்றியை ஆராய்ந்து தமிழின் பெருமையை உயர்த்திய சிறப்பு மு.வ.வுக்கு உரியது.

திறனாய்வுக் கட்டுரை நூல்கள்

இலக்கிய அமைப்பு, இலக்கியப் படைப்பு, படைப்பாளர், வடிவம், படைப்பு நெறி, படைப்பு நுட்பம் பற்றியனவற்றை விளக்கும் வகையில் தமிழ் முதுகலை, ஆனர்சு வகுப்புகளுக்குப் பாட நூலாக உருவாக்கிய மு.வ.வின் **இலக்கியத் திறன்** என்னும்

நூல் 1959இல் வெளியிடப் பெற்றது. பெரும்பாலும் ஆங்கில இலக்கியத் திறனாய்வு அறிஞர்களாகிய ஹட்சன், ரிச்சர்டு எழுதிய நூல்களின் அடிப்படையில் இந்நூல் எழுந்தாலும் தமிழ் அறிஞர் ஒருவர் தமிழிலேயே சிந்தித்து, தமிழ் இலக்கியக் கட்டுரைகளுடன் எழுதியது போல அவ்வளவு தெளிவாகவும் திறமாகவும் இந்த நூல் அமைந்தது. தமிழ் இலக்கியத் திறனாய்வின் முன்னோடி நூல்களுள் இதற்கு மாணவர்களிடமும் ஆராய்ச்சியாளர்களிடமும் சிறந்த வரவேற்பு உண்டு.

1960இல் **இலக்கிய மரபு** என்னும் நூலை எழுதினார். இலக்கிய மரபுக்கும், இலக்கிய வடிவங்களுக்கும் உரிய தொடர்பின் வன்மை மென்மைகள் பற்றியும் இலக்கியத் தற்கால வகைப்பாடுகள் பற்றியும் இந்நூல் விளக்கிச் சொல்கிறது.

இலக்கியம் ஒன்றை ஆராயும் பல்வேறு கூறுகளை, கோணங்களை நெஞ்சில் கொண்டு மு.வ. இருபத்தியொரு கட்டுரைகள் கலைக் கதிரில் எழுதினார். அவையெல்லாம் தொகுக்கப் பெற்றுப் பின்னர் 'இலக்கிய ஆராய்ச்சி' என்னும் நூலாக உருவாயிற்று. இவ்வாறு இலக்கியப் படைப்பாளராக மட்டும் அன்றி இலக்கியத் திறனாய்வாளராகவும், திறனாய்வு கொள்கைகளை, கோட்பாடுகளை விளக்குபவராகவும் மு.வ. விளங்கினார்.

சங்க இலக்கியம்

மு.வ.வின் இளமைக் காலம் வேலம் தாழை ஓடைக் கரையிலும் கூர்ச்சு மலைப் பகுதிகளிலும் இயற்கைச் சூழலில் கழிந்தது. அவர் உள்ளம் பெரிதும் இயற்கையில் ஈடுபாடு கொண்டது. எந்த ஊருக்குச் சென்றாலும் அங்குள்ள ஆறு, ஏரி, குளம் முதலிய நீர்நிலைகளில் நண்பர்களோடு கலந்து நீந்துவது அவர் இயல்பு. அவர்தம் முனைவர் பட்ட ஆய்வுக்கு மேற் கொண்ட தலைப்பும் 'பழந்தமிழ் இலக்கியத்தில் இயற்கை' என்பதே ஆகும். இந்த இயற்கை ஈடுபாடு அவரைச் சங்க இலக் கியத்தைப் பெரிதும் கற்கத் தூண்டியது. ஒவ்வொரு மாநில மொழி அறிஞர்களும் தங்கள் தங்கள் மொழியில் அமைந்துள்ள பண்டைய இலக்கிய, பாட்டுச் சிறப்பைத் தாம் வாழும் உரிமை பெற்ற மறுமலர்ச்சிக் கால இளைஞர்களுக்கு வழங்குவதைத் தம் எழுத்தின் குறிக்கோளாகக் கொண்டது போல மு.வ.வும் பண்டைத் தமிழ் இலக்கியமாகிய சங்க இலக்கியத்தை அறிமுகப்படுத்து

வதில் சிறப்பாக முன் நின்றார். எளிய நடை, இனிய தலைப்பு, காலத்திற்கு ஏற்ற கருத்துக்கள் வழி சங்க இலக்கியத்தைத் தமிழர்களிடையே பரப்பப் பல நூல்கள் எழுதினார்.

பண்டைத் தமிழர் இலக்கியத்தில் இடம்பெறும் மாசற்ற காதல் வாழ்வை, ஒழுக்க நெறியோடு அமைந்த காதல் வாழ்வை உணர்த்தவல்ல கட்டுரை பல கொண்டவை இவர் எழுதிய, 'இலக்கியக் காட்சிகள்', 'மணல் வீடு', 'நடை வண்டி' ஆகிய நூல்கள்.

பண்டைத் தமிழ்ப் பாடல்கள் நெறியோடு முறையாக வகுக்கப் பெற்றவை. அதனால் தாம் அவை நுட்ப திட்பங் களுடன் கூடிய கலைச் செல்வங்களாகத் திகழ்கின்றன. அவற்றை எடுத்து உணர்த்தும் வகையில் இவர் எழுதிய ஆய்வு நூல் 'முல்லைத் திணை' என்பதாகும்.

இவர் இயற்றிய 'கொங்குதேர் வாழ்க்கை' என்னும் நூல் 'கொங்குதேர் வாழ்க்கை அஞ்சிறைத் தும்பி' எனத் தொடங்கும் குறுந்தொகைப் பாடல் பற்றி எழுந்த ஆய்வு நூல். இது திறனாய்வு நெறியைப் புலப்படுத்துவது போல அமைந்துள்ளது. அகநானூற்றுப் பாடல் ஐந்து, 'அளிநிலைப் பெறா அது....' பற்றிய சிந்தனையே 'ஓவச் செய்தியாக' உருவாயிற்று. 'தமிழ் நெஞ்சம்' புறநானூற்றுப் பாடல் வழி புலனாகும். தமிழ்ச் சான் றோர் பணபாட்டினை உணர்த்த இவரால் எழுதப் பெற்ற நூல் ஆகும்.

இப்படியே புறநானூற்றில் இடம்பெற்ற கையறு நிலைப் பாடல்கள் 'புலவர் கண்ணீர்' என்னும் நூலாகப் பின்னர் வெளி யிடப் பெற்றது.

அகநானூறு, நற்றிணை, குறுந்தொகை என்னும் எட்டுத் தொகை நூல்களுள் அகம் பற்றிய சிறந்த மூன்று நூல்களின் வழி புலனாகும். பண்டைத் தமிழர் பண்பாடு, இயற்கை வாழ்வு, இயற்கைக் காட்சிகள், இவற்றைத் தமிழர் அனைவரும் உணர்ந்து போற்றத் தக்க அளவில் இவர் இயற்றிய நூல்களே. நெடுந்தொகைச் செல்வம், நெடுந்தொகை விருந்து, நற்றிணைச் செல்வம், நற்றிணை விருந்து, குறுந்தொகைச் செல்வம், குறுந் தொகை விருந்து ஆகியன ஆகும். சங்க இலக்கியம் கற்பதற்கு உரிய அகப்புற மரபுகள் பற்றி நீண்ட முன்னுரைகளைக் கொண் டவை இவை. இந்த முன்னுரைகள் பண்டைத் தமிழ் இலக் கியம் கற்பார்க்குச் சிறந்த பயிற்சியை அளிக்க வல்லன.

திருக்குறள்

1929இல் ஈளை நோய் ஏற்பட்டதன் காரணமாக பணியில் இருந்து விலகி, ஓய்வாக வேலத்தில் இருந்த போது அவர் தமிழ் நூல் கற்றதும், திருப்பத்தூர் கிறிஸ்துகுல ஆசிரமம் சென்று மாலைதோறும் அங்குள்ளவர்க்குத் திருக்குறள் கற்பித்ததும் அவரது வாழ்க்கை வரலாற்றில் உரைக்கப் பெற்றன. அந்த நாளில் அவர் இன்னொரு தமிழ்ப் பணியும் செய்து வரலானார். நம்மைச் சுற்றி வாழ்ந்த ஐந்தாம் வகுப்பு அல்லது அதற்கும் குறைந்த கல்வி கற்ற கிராமத்து மக்கள் புரிந்து கொண்டு கற்பதற்காகத் தாமே ஒவ்வொரு வெள்ளைத் தாளை மடித்து ஒரு பக்கம் திருக்குறள் உரையும், மறு பக்கம் திருக்குறளும் எழுதி வழங்குவதை வழக்கமாகக் கொண்டிருந்தார். இவ்வாறு ஏழை எளிய கல்வித் தரம் குறைந்த கிராம மக்களுக்காக அவர் எழுதிய உரையோடு கூடிய 1330 திருக்குறள்களே அவர் சென்னைப் பச்சையப்பன் கல்லூரியில் சேர்ந்த பிறகு 1940ல் திருக்குறள் தெளிவுரை என்ற தலைப்பில் கையடக்கப் பதிப்பாகச் சைவ சித்தாந்த நூற்பதிப்புக் கழகத்தால் வெளியிடப் பெற்றது.

1999 வரை மு.வ.வின் திருக்குறள் தெளிவுரை என்னும் அந்த நூல் 490 பதிப்புக்களைக் கண்டுள்ளது. தமிழ் நாட்டில் மிக அதிக எண்ணிக்கையில் பல இலட்சம் மக்கள் அனைவரும் வாங்கிக் கற்கப் பெறும் நூல் இது ஒன்றே எனில் அது மிகை ஆகாது.

மு.வ. எழுதிய ஆராய்ச்சி உரை நூல்களில் மிகச் சிறந்த இடம்பெறுவது 1948இல் அவர் வெளியிட்ட 'திருவள்ளுவர் அல்லது வாழ்க்கை விளக்கம்' என்னும் நூலே ஆகும். திரு.வி.க. இந்த நூலுக்கு அரியதொரு முன்னுரை எழுதிச் சிறப்பித்துள் ளார். "இந்நூல் ஒரு நன்னூல்; புதுமைப் பொது நூல்; உலகம் ஒரு குலமாகத் துணை செய்யும் நூல்" என்பது இந்த நூல் பற்றிய திரு.வி.க. கருத்தாகும். இருபது நூற்றாண்டுகளுக்கு முன் திருவள்ளுவர் எழுதிய திருக்குறள் இன்றைய மனித வாழ்வுக்கு எந்த அளவு பயன்படும். எவ்வெவ்வாறு இந்தக் காலத்தில் திரு வள்ளுவர் கருத்துக்களை வாழ்க்கைக்கு உரியனவாகத் தமிழர் பின்பற்ற வேண்டும் என்ற நோக்கில் எழுதப் பெற்ற ஒரு வாழ் வியல் ஆராய்ச்சி நூல் இதுவாகும்.

1995, 1996இல் சுதேசமித்திரன் வார இதழுக்காக மு.வ. எழுதிய திருக்குறளில் அமைந்துள்ள காதற் கருத்துக்கள் பற்றிய

18 கட்டுரைகள் அடங்கிய நூல் **குறள் காட்டும் காதலர்** என்பது. 1968இல் இந்த நூல் வெளியாயிற்று.

சிலப்பதிகாரம்

முத்தமிழ்க் காப்பியமாகிய சிலப்பதிகாரத்திலும், அதனை இயற்றிய இளங்கோ அடிகளாரிடத்திலும் பேரீடுபாடு கொண்டவர் மு.வ. இளங்கோ அடிகளாரைத் தமிழர், கலைஞர், அறவோர் என்று மூன்று கோணங்களில் கண்டு சிலப்பதிகாரச் சிறப்பைப் பற்றி டாக்டர் ரா.பி. சேதுப்பிள்ளை தம் அன்னையார் நினைவாக அமைத்த சொர்ணாம்பாள் அறக்கட்டளை வழி அண்ணாமலைப் பல்கலைக் கழகத்தில் மூன்று சொற்பொழிவுகள் ஆற்றினார். பின்னர் அது **இளங்கோ அடிகள்** என்னும் நூலாக 1960இல் வெளியாயிற்று. சாகித்திய அகாதெமிக்காக ஆங்கிலத்தில் இளங்கோ அடிகளாரின் வாழ்க்கையும் கவித்திறமும் புலப்பட ஒரு நூல் எழுதித் தந்தார். அது 1967இல் வெளிவந்தது. ‘இளங்கோ அடிகள்’ என்னும் நாடகம் ஒன்றும் எழுதியுள்ளார்.

மேலும் சிலப்பதிகாரக் கதை மாந்தரில் சிறந்த கண்ணகி, மாதவி இருவர் பண்பு நலன்கள் பற்றியும் இரண்டு நூல்கள் எழுதி 1950இல் வெளியிட்டுள்ளார்.

கட்டுரை நூல்கள்

ஏதேனும் ஒரு சிந்தனை வீச்சு, உணர்வு அலை அவர் உள்ளத்தில் எழுந்து விட்டால் உடனே அது மெல்ல மெல்ல வளர்ந்து கட்டுரையாகி விடும். பல கட்டுரைகள் அவர் நாளிதழ் படிக்கும் போது எழுந்த எண்ண எழுச்சிகளை, உணர்வு அலைகளை அடிப்படையாகக் கொண்டவை. காலையில் அப்படி ஓர் எண்ண அதிர்ச்சி, உணர்வு அலை அவர் உள்ளத்தில் தோன்றி விட்டால் உடனே பழைய அழைப்பிதழ் ஒன்றை எடுத்து வெற்றிடமாக உள்ள அதன் பின்புறத்தில் அந்த எண்ணம் பற்றிய - உணர்வு பற்றிய தம் நெஞ்சக் கருத்துக்களை, கற்பனைகளைக் குறித்துக் கொண்டே வருவார். மாலையில் அது ஒரு முழு நிறைவு பெறும்; இரவில் கட்டுரையாக உருவாகி விடும். அது ஓரிரு வாரங்களில் சிங்கப்பூர், மலேசியா, தமிழகத்தின் ஏதோ ஓர் இதழில் வெளியாகி அன்றைய நாளிதழில் வந்த செய்தியைத் தமிழ் மக்கள் எப்படி ஏற்க வேண்டும், எப்படி மறுக்க வேண்டும், ஏன் ஏற்க வேண்டும், ஏன் மறுக்க வேண்டும் என்ப

தற்கான விடைகளை எல்லாம் எல்லோரும் புரிந்து கொள்ளும் முறையில் மிக எளிதாக அமைந்திருக்கும்.

மு.வ. கட்டுரைகள் எல்லாம் ஏதோ ஓர் உயர்ந்த செய்தியைத் *(Message)* தமிழர்க்கு உணர்த்துவனே ஆயினும் அவற்றைச் சிந்தனைக் கட்டுரைகள், கற்பனைக் கட்டுரைகள் என இரு வடிவ அமைப்பில் வகுத்துக் காணலாம்.

சிந்தனைக் கட்டுரைகள் பெரும்பாலும் இலக்கியம், இலக்கிய ஆராய்ச்சி, அறம், அரசு பற்றியதாக அமைந்திருக்கும். கற்பனைக் கட்டுரைகள் பெரும்பாலும் சமுதாயம் பற்றியதாக இருக்கும்.

பெண்மை வாழ்க, கல்வி, குழந்தை உளவியல், அறமும் அரசியலும், அரசியல் அலைகள், நாட்டுப் பற்று, மொழிப் பற்று, மண்ணின் மதிப்பு, அரசியல் தொண்டு, உலகம் உய்ய, உலகப் பேரேடு முதலிய நூல்கள் மு.வ.வின் சிந்தனைக் கட்டுரைகளைக் கொண்டன.

'குருவிப் போர்' என்னும் 1958இல் இவர் வெளியிட்ட கட்டுரைகள் பெரிதும் கற்பனை நிறைந்தன. இவற்றை இவர்தம் கற்பனைக் கட்டுரைகள் என்ற வடிவில் காணலாம். இவை எல் லாம் பெரும்பாலும் குறியீட்டு உத்தியில் *(Symbolic Technique)* இயற்றப் பெற்றவை ஆகும்.

திரு.வி.க., பெட்ரண்ட் ரஸ்ஸல், சி.எம். ஜோட் முதலிய அறிஞர்கள் கட்டுரைகளை மு.வ. விரும்பிப் படிப்பார். அவர் களுடைய ஆற்றல் வாய்ந்த அணுகுமுறையும், அறிவார்ந்த தொகுப்பு நெறிகளும், அழுத்தமான சிந்தனையும், தெளிவான வெளிப்பாடும் மு.வ. கட்டுரைகளில் அமைந்திருக்கக் காண லாம். பொழுது போக்குக்காகவோ, வெறும் இன்பப் பயனுக் காகவோ, அவர் கட்டுரைகள் எழுதப் பெற்றன அல்ல; கற்கப் பெற்றனவும் அல்ல; கருத்தைக் கவர்ந்து கொள்வதோடு மேலும் அவர்களைச் சிந்திக்கத் தூண்டுவன அவர் கட்டுரைகள். அவர் செய்வதையே சொல்வதால், அவர் கடைப்பிடிப்பனவற்றையே உரைப்பதால் ஆலிவர் கோல்டு ஸ்மித் பாடுவது போல அவர் கட்டுரைகள் இருவகையில் *(Double Sway)* கற்பவர்களை ஈர்ப் பனவாய் அமைந்தன. தெளிந்த நன்னடை, திண்ணிய சிந்தனை கள் அவர் கட்டுரைகளைக் கற்பவர்க்கு விழைவைத் தூண்டும் கூறுகளாகும். அவர் கட்டுரைகளில் மேற்கோள்கள் பெரிதும் இருக்காது. அங்கங்கே உரையாடல் உத்தி மேற்கொள்ளப் பெற்றிருக்கும். அவர்தம் இந்த இரு கட்டுரை நெறிகளும் சோர்வு இல்லாமல் தொடர்ந்து படிப்பதற்குத் துணை செய்யும்.

தமிழ் இலக்கிய வரலாறு

பண்டைத் தமிழ் இலக்கிய வரலாறு கா.சு. பிள்ளை முதலியவர்களால் சிறப்பாக எழுதப் பெற்றுள்ளது. இடைக்கால இலக்கிய வரலாற்றை மு. அருணாசலம் மிக விரிவாக எழுதி யுள்ளார். கல்வெட்டு, செப்பேட்டு அடிப்படையில் பேராசிரியர் இராசமாணிக்கனார் வரலாற்றுக் காலங்களையும், இலக்கியப் புலவர் காலங்களையும் நன்கு வரையறை செய்துள்ளார். பிற் கால இலக்கியம் பற்றித் தொகுப்பாகவும் ஒவ்வோர் இலக்கிய வடிவ அடிப்படையிலும் இலக்கிய வரலாற்று நூல்கள் பல இன்று தோன்றியுள்ளன. பேராசிரியர் மது. ச. விமலானந்தம், தற்காலத் தமிழ் எழுத்தாளர் வாழ்வுக் குறிப்பு, அவர் எழுதிய நூல்கள் பற்றி ஏறக்குறைய இரண்டாயிரம் பக்கங்களில் இரு தொகுதிகளில் குறிப்பிட்டுள்ளார். பேராசிரியர் சி. பாலசுப்பிர மணியன் தமிழ் இலக்கிய வரலாற்றைத் தமிழ்த் தேர்வுகளுக்குத் தக்க விடை எழுதும் மாணவர்க்கு உதவும் கண்ணோட்டத்தில் எழுதியுள்ளார். ஆனால், மு.வ. ஒருவரே தமிழர், இந்தியர், உலகர் அனைவரும் பண்டைய, இடைக்கால, தற்காலத் தமிழ் இலக்கிய வரலாற்றை அறியும் வண்ணம் காய்தல் உவத்தல் இன்றி, மிக விரிவுபடாமலும் மிகச் சுருங்காமலும் அளவாக எழுதியும் உள்ளார். இந்த நூல் இந்திய சாகித்திய அகாதெமி வேண்டுகோளுக்கு இணங்க அவர் எழுதித் தந்தது. 1972ல் இதனைப் புதுதில்லி சாகித்திய அகாதெமி வெளியிட்டதோடு அமையாது இந்திய மொழிகளிலும் ஆங்கிலத்திலும் இதனை மொழிபெயர்த்து உலகறியச் செய்துள்ளது. இதற்குப் பேறறிஞர் தெ.பொ. மீனாட்சி சுந்தரனார் வழங்கியுள்ள பின்வரும் முன்னுரையிலிருந்து இதன் சிறப்பு விளங்கும்.

> இந்தியாவில் வடமொழியை விட்டால் மீதியுள்ள மொழிகள் எல்லாவற்றையும் விடத் தமிழே நீண்டதோர் இலக்கிய வரலாறு படைத்த மொழியாகும். தமிழிலக்கிய வரலாற்றை எழுதும் பணியைத் தமிழ்ப் பேராசிரியர் டாக்டர் மு. வரதராசனாரிடம் சாகித்திய அகாதெமி ஒப் படைத்தது. அவர் ஆழ்ந்த புலமை பெற்றவர். தமிழில் உள்ள முற்கால இடைக்காலத் தற்கால இலக்கியங்களில் ஒருசேரத் திளைக்கும் ஒரு சிலரில் இவரும் ஒருவர். தமக்கே உரிய ஒப்பற்ற முறையில் தமிழ் இலக்கிய வரலாற்றை விளக்கி யுள்ளார். மதிப்பதற்குரிய காணிக்கையாக இது விளங்குகிறது.

மொழியியல்

19ஆம் நூற்றாண்டில் கால்டுவெல் அவர்களின் திராவிட மொழிகளின் ஒப்பிலக்கிய நூல் வெளிவந்த பின்னர் மொழி, மொழியியல் பற்றிப் பத்தொன்பதாம் இருபதாம் நூற்றாண்டு களில் இந்திய மொழி அறிஞர் பலர் எண்ணத் தொடங்கினர். இருபதாம் நூற்றாண்டின் இடைக்காலத்தில் தமிழ் இளங்கலை, முதுகலை பாடங்களில் மொழி வரலாறு, மொழியியல் பாடங் களாக கல்லூரிகளில் பல்கலைக் கழகங்களில் இடம்பெறத் தொடங்கியது. இலக்கணச் சிந்தனை தொல்காப்பியர் காலத்தி லிருந்தே தமிழகத்தில் - இந்தியாவில் இருந்து வந்த போதிலும் இந்த மொழியியல் சிந்தனை, தமிழுக்கு ஒரு புது வரவு ஆகும். தொடக்கத்தில் ஆங்கில நூலைக் கற்று, அதில் காணப்படும் மொழியியற் கொள்கைகளைத் தமிழ் மொழிக்குச் செயல் படுத்திக் கற்பித்து வந்தனர். அதன்பின் தமிழ் நூல் வடிவில் அந்தக் கருத்துதக்கள் வரலாயின.

1942இல் சென்னை பச்சையப்பன் கல்லூரியில் பி.ஓ.எல். ஆனர்சு வகுப்பு மாணாக்கர்க்குப் பாடம் கற்பிக்கும் பொறுப்பு மு.வ.வுக்கு ஏற்பட்டது. அப்போது அது தொடர்பான பல ஆங்கில நூல்களைக் கற்றுத் தமிழ் மொழிக்கு ஏற்ப அந்தக் கருத்துக்களை இயைத்து மாணாக்கர்க்குக் கற்பித்தார். நூல் இல் லாத புதிய பாடம் ஆகையால் மாணவர்கள் மிக உருக்கத்தோடு கருத்தொன்றும் விடாமல் குறிப்பெடுத்துக் கொண்டனர். அந்தக் குறிப்பு ஒரு நல்ல நூலாகும் அமைப்புப் பெற்றிருந்தது கண்ட மு.வ. அதனையே 1947இல் நூலாக வெளியிட்டார். அப்படி வெளிவந்ததுதான் அவரது **மொழி நூல்**. நெடுங்காலம் தமிழ் முதுகலை, புலவர், வித்துவான், இந்திய ஆட்சிப் பணி தேர்வு முதலானவற்றுக்கெல்லாம் உரிய நல்ல நூலாக, செறிவுடைய நூலாக, அடிப்படை நூலாக இந்த நூல் விளங்கிற்று.

மு.வ. ஒரு சமுதாயச் சிந்தனையாளர். அவர் எந்த இலக் கியத்தையும் கருத்தையும் சமுதாய நோக்கில் எண்ணி எந்த அளவு சமுதாய மக்கள் அனைவரையும் அந்த எண்ணம் போய்ச் சேருமோ அதற்கு ஏற்ற எளிய நடையில் இனிய வடிவில் தம் கருத்துக்களை அவர் வழங்குவார். தமிழருக்குப் புது வரவாகிய மொழியியல் பற்றிய கருத்துக்கள் கல்லூரியில் சேர்ந்து தமிழில் பயில்வோர் மட்டும் அல்லாது தமிழர் அனைவரும் அறிய வேண்டும் என்று அவாவினார். மேலும், மொழி பற்றிய பல

மூடக் கருத்துக்கள் தமிழ் மக்களிடமிருந்து நீங்க வேண்டும் என்றும் கருதினார். அந்த எண்ணமும் கருத்தும் கொண்டு, 'மொழியின் கதை', 'எழுத்தின் கதை', 'சொல்லின் கதை' என்னும் மூன்று நூல்களை எழுதி மொழியின் தோற்றம் - வளர்ச்சி, எழுத்தின் தோற்றம் - வளர்ச்சி, சொல்லின் தோற்றம் - வழக்கு ஆகியனவற்றைக் கதை சொல்வது போல் எளிமையாக, இனிமையாக எடுத்துரைக்கும் நூல்களையும் எழுதித் தமிழர், தமிழ் மொழியின் அடிப்படையான மொழி, எழுத்து, சொல் பற்றிய தெளிந்த அறிவு பெறுமாறு செய்தார்.

மொழி நூல், மொழி, எழுத்து, சொல் இவை பற்றி எழுதிய அவரிடமிருந்து தமிழ் அறிஞர்கள், மாணவர்கள், ஆசிரியர்கள், மொழி வரலாற்று நூல் ஒன்றை எதிர்நோக்கினர். அதற்கு ஏற்ப மொழி வரலாற்று நூல் ஒன்றினை எழுதி 1954இல் வெளியிட்டார். இது, தமிழ் மொழியின் அமைப்பு, இயல்பு, செயல்பாடு முதலியவற்றைச் சிறப்பாக உரைப்பதோடு, பொதுவாக மொழி நிலைகள், மொழியினங்கள், ஆரிய மொழியினம், திராவிட மொழியினம் ஆகியவற்றையும் தன்னுள் கொண்டுள்ள சிறந்த நூலாகும். மொழி இயல் போல, மொழி வரலாறு பற்றிப் பொதுவாகவும் தமிழ் மொழி வரலாறு பற்றிச் சிறப்பாகவும் அமைந்துள்ள இந்த நூல் மாணவர்களுக்கும் பல்வேறு இந்திய, தமிழக அரசுப் பணி மேற்கொள்ளும் நுழைவுத் தேர்வு எழுதுபவர்களுக்கும் கண்கண்ட கருத்துக்கள் வழங்கி வரும் சிறந்த நூல் ஆகும்.

இதனை அடுத்து 1940 தொட்டு 1953 வரை மொழி வரலாறு. இயல்பு பற்றிய தம் சிந்தனைகளை அவ்வப்போது செந்தமிழ்ச் செல்வி, கலைக்கதிர் முதலான ஏடுகளில் எழுதிய 17 கட்டுரைகளைத் தொகுத்து வெளியிட்ட நூலே, 'மொழியியற் கட்டுரைகள்' ஆகும்.

நல்வாழ்வு மு.வ. எழுதிய இறுதி நூல்

தாம் கற்று, கேட்டு அவற்றின் வழி நின்று தம் அறுபதாண்டு வாழ்வில் உற்ற அனுபவம் பயனைத் தன்னைச் சுற்றி வாழும் மக்கள் எல்லாம் பெற இறுதியாக இரண்டு நூல்கள் எழுத அவர் எண்ணினார். ஒன்று உயிர் நலம் காக்கும் 'நல்வாழ்வு' என்னும் நூல். மற்றது உடல் நலம் போற்றும் 'இயற்கை மருத்துவம்' என்னும் நூல். டாக்டர் கூன் என்னும்

செருமானிய மருத்துவ அறிஞர் இயற்கையில் வாழும் உயிரினங்கள் தங்கள் உடல்களை நோயின்றி எப்படிப் பாதுகாத்துக் கொள்கின்றன, எவ்வாறு அவை தம்மைப் பாதுகாத்துக் கொள்ள நீரை எவ்வெவ்வாறு பயன்படுத்துகின்றன என்று இயற்கையை, உயிரினங்கள் வாழும் இயற்கை வாழ்வை உற்று நோக்கி, சில இயற்கை மருத்துவ நெறிமுறைகளைத் தெளிவு செய்துள்ளார். காந்தி அண்ணலும் தம் வாழ்வில் மண் சிகிச்சை வழி பெற்ற பயன்களை ஆங்காங்கே குறிப்பிட்டுச் சென்றுள்ளார். இந்த இரு பெரும் சான்றோர் கருத்துக்களோடு தாம் தம் இயற்கை வாழ்வில், கண்ட உணவு நெறிகள் சிலவற்றையும் இயைத்து 'இயற்கை மருத்துவம்' என்னும் நூல் ஒன்று இயற்றி அருள விழைந்தார். 'இந்த நூல் என் முன்னைய நூல்கள் போலப் பல்லாயிரக்கணக்கானவர் படிப்பதற்குப் பயன்படாமல் போகலாம். ஆனால், சிலரேனும் இதனைக் கற்று, தம் வாழ்வில் கடைப்பிடித்து நலம் பெற்றால் அதுவே போதும்' என்று இயற்கை மருத்துவ நூல் எழுதும் தன் குறிக்கோள் பற்றி அவர் ஒவ்வொரு சமயம் வாய்விட்டு எடுத்துரைத்ததும் உண்டு. ஆனால், அத்தகு நூல் ஒன்றை எழுதுவதற்குள் அவர் மறைந்து விட்டார்.

ஆனால், உயிர் நலம் காக்கும் 'நலவாழ்வு' என்ற நூலை மட்டும் அவர் இறப்பதற்கு முன் 1973இல் உலகிற்கு வழங்கிச் சென்றுள்ளார். தாகூர் தத்துவ ஞானம் கீதாஞ்சலியில் விளங்குவது போல மு.வ.வின் வாழ்வியல் சிந்தை, சமய வாழ்வு, அவர் இறுதியில் எழுதிய அந்த 'நல்வாழ்வில்' விளங்குகிறது. வழிபாடு, நம்பிக்கை, உடம்பைப் போற்றல், எளிமை ஓர் அறம், உரிமையும் கடமையும், புலனடக்கம், மன வலிமை வேண்டும், பண்பாடு, பொதுமை அறம் (*பிறவிப் பெருங்கடல்*) நீந்துக என்னும் பத்து நோக்கில் இந்த நூல் அமைந்துள்ளது.

மு.வ. குறிப்பு என இந்த நூலின் முகப்பில் குறிப்பிவது போல பழமை புதுமை இவற்றிடையே, என்றும் பயன் தர வல்ல அடிப்படை நெறிகள் சில உள்ளன. அவற்றைப் போற்றினால், வாழ்வில் அமைதியும் இன்பமும் வாய்ப்பதை ஒவ்வொருவரும் உணரலாம் என்று தாம் கண்ட அடிப்படை வாழ்வியல் நெறிகள் சிலவற்றை இந்த நூலில் உணர்த்துகிறார்.

இவற்றுள் 'வழிபாடு' என்ற முதல் தலைப்பில் அமைந்துள்ள கருத்துக்கள் அவரது சமய வாழ்வைப் புலப்புடுத்தும். ஒரு மனிதனை வணங்காதது, ஒரு மனிதனைப் புகழாதது.

இறைவன் ஒருவனே வணங்குவதற்கும் புகழ்வதற்கும் உரியவன் என்பது அவர் சமயக் கொள்கை.

எப்படி என்பதற்கு உலகில் விடை கிடைக்கிறது. ஏன் என்ற வினாவிற்குப் பல சமயம் விடை கிடைப்பதில்லை. இதற்கு விடைகளைத் தத்துவ ஞானிகளும் பக்திப் பாவலர்களும் முயன்றனர். அந்த இடையறா முயற்சியின் பயனாக,

"......பரம்பொருள் ஒன்று உண்டு என்பதும், அந்தக் கடவுளின் நெறியில் இன்பம் உண்மையும் ஒளிர்கின்றன என்பதும் வாழ்க்கையை இந்த நெறியில் அமைத்து நடத்தினால் எளிதாக அமையும் என்பதும் ஆகும்." (நல்வழி, பக். 18)

"வாழ்க்கை, முடிவும் முதலும் கடவுளைச் சார்ந்தவை என்று தெளிந்து அந்த வழியில் சிந்தையைச் செலுத்துதலே வழிபாடு.

"உருவ வழிபாடா, அருவ வழிபாடா எது சிறந்தது என்று வேறுபட வேண்டிய தேவை இல்லை. உள்ளத்தில் கடவுள் நெறி பதிவது ஒன்றுதான் குறிக்கோளாகக் கொள்ள வேண்டும்.

"ஒவ்வொரு சமயத்திற்கும் தனித்தனியே ஒரு கடவுள் இல்லை." நாம் எந்தக் கடவுளை வழிபடுகிறோமோ, அந்தக் கடவுளே மற்றச் சமயத்தாரையும் படைத்துக் காத்து வருபவர் என்ற உண்மையைத் தெளிய வேண்டும். கடவுளின் அருளைப் பொருள் செலவிட்டு விலைக்கு வாங்கிவிட முடியாது.

"கடவுள் எல்லா உயிர்களின் வாழ்வுக்கும் பொதுவான திட்டங்கள் வகுத்து பொதுமையான ஆட்சி புரியும் ஒரு பெருஞ் சக்தி என்று உணர வேண்டும்.

"ஓர் ஆற்றின் போக்கில் நுரைகளும் அலைகளுமாக, எழுச்சியும் வீழ்ச்சியுமாக, சுழற்சியும் ஓட்டமுமாக, கலங்களும் தெளிவுமாக எவ்வளவோ மாறுதல்களைக் கண்ட போதிலும், நீரும் தண்மையும் மட்டும் என்றும் எங்கும் தொடர்ந்து இருந்து வர உணர்கிறோம். அது போலவே, வெவ்வேறு உடல்களும் அவற்றின் இறப்பும் பிறப்பும், இன்பமும் துன்பமுமாக எவ்வளவோ இருந்து வந்த போதிலும் அவற்றினூடே உண்மையும் அன்பும் என்றும் எங்கும் நிலையாக விளங்கி வரக் காண்கிறோம்.

"இவ்வாறு உண்மை தெளிந்த சான்றோர்களின் வழியில் கடவுளின் ஆட்சி முறையை உணர்வதே மெய்யுணர்வு.

"இந்த மெய்யுணர்வு வாய்ந்தவர்கள், உலகம் முழுவதும் கடவுளின் குடும்பம் என்று உணர்வார்கள். உலகத்தில் உள்ள

எல்லா உயிர்களும் இந்தக் கடவுளின் குடும்பம் என்றும், கடவுளே அந்தக் குடும்பத்தின் தாய் தந்தை என்றும் உணர்வார்கள்.

''அத்தகு உணர்வு பெற்றவர்கள் உள்ளம் அன்பாகவும், வாழ்வு பண்பாகவும் மலர்ந்து விளங்கும். இவ்வாறு கடவுளின் ஆட்சி பற்றிய உண்மையை உணர்ந்து, அன்பைப் போற்றி வாழும் நெறியே கடவுள் நெறி ஆகும்.

'கண்ணில் காண்பதுன் காட்சி கையால் தொழில்
பண்ணல் பூசை பகர்வது மந்திரம்'
'மண்ணொடு ஐந்தும் வழங்குயிர் யாவுமே
அண்ணலே உன் அருவடி வாகும்'.

இவ்வாறு 'வழிபாடு' பற்றிய தம் அனுபவத்தை அந்த 'நல்வாழ்வு' என்னும் தம் நூலில் தெளிவு செய்துள்ளார் (*நல்வாழ்வு, பக். 17-27*).

பிற மொழியில் மு.வ.வின் படைப்புகள்

இவருடைய படைப்பிலக்கிய எழுத்துத் திறன் தமிழ் நாட்டு எல்லையுடன் நின்று விடவில்லை. இந்திய அளவிலும், உலக அளவிலும், இந்திய மொழிகளிலும், ஆங்கில மொழியிலும் இவருடைய புதினங்களும், சிறுகதைகளும் மொழி பெயர்க்கப் பெற்றுள்ளது.

இவருடைய புதினங்களில் உத்திகளால் சிறந்து விளங்கும் கரித்துண்டு இந்தி மொழியில் மொழிபெயர்க்கப்பட்டு 'கோயலே கார் துகடா' என்ற தலைப்பில் 1967இல் வெளிவந்துள்ளது.

1963இல் 'மதுவு மாதுர்யோமு' என்ற தலைப்பில் இவருடைய 'கள்ளோ காவியமோ' என்னும் புதினம் மொழி பெயர்க்கப் பெற்று தெலுங்கு சாகித்திய கேந்திரத்தால் வெளியிடப் பெற்றுள்ளது.

1973இல் இவருடைய **அகல் விளக்கு** என்னும் சாகித்திய அகாதெமி பரிசு பெற்ற புதினம் மலையாள சாகித்திய பாவலர் தகா கூட்டுறவுச் சங்கத்தால் சாகித்திய அகாதெமிக்காக மலையாளத்தில் மொழிபெயர்க்கப் பெற்று வெளியிடப் பெற்றுள்ளது.

இவருடைய புதினம் கரித்துண்டின் ஒரு பகுதி ஓவியரின் கைகள் என்ற தலைப்பில் டாக்டர் ஆரு.ஈ. ஆஷர் என்பவரால் மொழிபெயர்க்கப் பெற்று 1971இல் வெளிவந்துள்ளது.

மேனாட்டாருக்குத் தற்கால தமிழ் இலக்கியங்களை அறிமுகம் செய்யும் நோக்கில் மதுரைப் பல்கலைக் கழக மாலை

நேர வகுப்புக்களில் சான்றிதழ் பட்டயப் படிப்புப் பயிலும் மாணவர் சிலர், 'பெற்ற மனம்', 'விடுதலையா?', 'மனச் சான்று', 'காதல் எங்கே?' ஆகிய மு.வ.வின் படைப்புக்களை ஆங்கிலத்தில் மொழிபெயர்த்துள்ளனர். 'குறட்டை ஒலி' என்னும் சிறுகதை ருஷ்ய மொழியில் மொழிபெயர்க்கப் பெற்று வெளிவந்துள்ளது.

இவர் சாகித்திய அகாதெமிக்காக எழுதிய 'தமிழ் இலக்கிய வரலாறு' இந்திய மொழிகளிலும் ஆங்கிலத்திலும் மொழி பெயர்க்கப் பெற்றுள்ளது.

மு.வ.வின் 'குறட்டை ஒலி' என்னும் சிறுகதைத் தொகுதி 'The Sound of Snore' என்ற தலைப்பிலும், 'மனச் சான்று' என்னும் நாடக நூல் 'Voice of Conscience' என்ற தலைப்பிலும் மீனா கிருஷ்ண சுவாமி என்பவரால் ஆங்கிலத்தில் மொழிபெயர்க்கப் பெற்று மதுரை மக்கள் நல்வாழ்வு மன்றத்தால் 1976இல் வெளியிடப் பெற்றுள்ளன.

பின்னிணைப்பு

(அ) மு.வ.வின் வாழ்க்கைக் குறிப்பு

1912 ஏப்ரல் - வட ஆர்க்காடு வேலத்தில் பிறத்தல். தந்தையார் - முனிசாமி, தாயார் - அம்மாக் கண்ணம்மாள்.

1928 எஸ்.எஸ்.எல்.சியில் தேர்ச்சி.

1928-29 தாலுகா அலுவலகப் பணி.

1931 தமிழாசிரியர் முருகையாவிடம் தமிழ் பயின்று வித்துவான் முதனிலைத் தேர்ச்சி பெறல்.

1931 திருப்பத்தூர் உயர்நிலைப் பள்ளியில் தமிழாசிரியர் பணி.

1935 மாநிலத்திலேயே வித்துவான் தேர்வில் முதல்வராகத் தேறி, திருப்பனந்தாள் மடத்தின் ஆயிர ரூபாய் பரிசு பெறல்.

1935 தை மாதம் தாய் மாமன் மகளான இராதா அம்மையாரைத் திருமணம் செய்து கொள்ளல்.

1938 சென்னை பச்சையப்பன் கல்லூரியில் கீழத்திசை மொழிகளில் விரிவுரையாளர் (*Lecturer in Oriental Langua-ges*) பதவி பெறல்.

1944 'செந்தாமரை' என்னும் தன் முதல் புதினம் வெளியீட்டாளர் யாரும் முன் வராததால் தாமே வெளியிடல்.

1945 பச்சையப்பன் கல்லூரித் தமிழ்த் துறைத் தலைவர் ஆதல்.

1948	'சங்க இலக்கியத்தில் இயற்கை' (The treatment of nature in Sangam Literature) என்ற தம் பி.எச்.டி. (Ph.D.) ஆய்வை ஆங்கிலத்தில் வழங்கிப் பட்டம் பெறல்.	
1961	சென்னைப் பல்கலைக் கழகத் தமிழ்த் துறைத் தலைவர் ஆதல்.	
1971	பிப்ரவரி மதுரைப் பல்கலைக் கழகத் துணை வேந்தர் பதவி ஏற்பு.	
1972	ஏப்ரல் அமெரிக்க ஊஸ்டர் கல்லூரி (College of Wooster) டி.லிட்., (Doctor of Letters) என்னும் பட்டம் வழங்கிப் பாராட்டுகிறது.	
1973	பிப்ரவரி 5ஆம் தேதி திங்கட்கிழமை மகாராட்டிர கோலாப்பூரில் மராத்தி எழுத்தாளர் வி.ஸ. காண்டேகரை அவரது இல்லத்தில் கண்டு உரையாடல்.	
1973	சூன் 'நல்வாழ்வு' என்னும் அவரது இறுதி நூல் வெளியீடு.	
1974	சனவரி துணை வேந்தர் பதவி நீட்டிப்பு.	
1974	அக்டோபர் 10 ஆவி பிரிதல்.	

(ஆ) மு.வ.வின் படைப்புக்கள்

இலக்கிய அறிமுக ஆராய்ச்சி நூல்கள் - 24

எண்	பெயர்	முதற்பதிப்பு வெளியான ஆண்டு
1.	தமிழ் நெஞ்சம்	1957
2.	மணல் வீடு	1948
3.	திருவள்ளுவர் அல்லது வாழ்க்கை விளக்கம்	1948
4.	திருக்குறள் தெளிவுரை	1949
5.	ஓவச் செய்தி	1950
6.	கண்ணகி	1950
7.	மாதவி	1950
8.	முல்லைத் திணை	1952
9.	நெடுந்தொகை விருந்து	1952
10.	குறுந்தொகை விருந்து	1953
11.	நற்றிணை விருந்து	1953
12.	இலக்கிய ஆராய்ச்சி	1953
13.	நற்றிணைச் செல்வம்	1954
14.	குறுந்தொகைச் செல்வம்	1955
15.	நெடுந்தொகைச் செல்வம்	1955
16.	நடை வண்டி	1955
17.	கொங்குதேர் வாழ்க்கை	1955

எண்	பெயர்	முதற்பதிப்பு வெளியான ஆண்டு
18.	புலவர் கண்ணீர்	1957
19.	இலக்கியத் திறன்	1957
20.	இலக்கிய மரபு	1958
21.	இளங்கோ அடிகள்	1959
22.	இலக்கியக் காட்சிகள்	1961
23.	குறள் காட்டும் காதலர்	1968
24.	பழந்தமிழ் இலக்கியத்தில் இயற்கை	1964

மொழி இயல் - 6

1.	மொழியின் கதை	1951
2.	எழுத்தின் கதை	1952
3.	சொல்லின் கதை	1952
4.	மொழி நூல்	1947
5.	மொழி வரலாறு	1954
6.	மொழியியற் கட்டுரை	1954

கடித வகை இலக்கியம் - 4

1.	அன்னைக்கு	1948
2.	தம்பிக்கு	1953
3.	தங்கைக்கு	1953
4.	நண்பர்க்கு	1954

பயண இலக்கியம் - 1

1.	யான் கண்ட இலங்கை	1954

கட்டுரை நூல்கள் - 11

1.	அறமும் அரசியலும்	1948
2.	அரசியல் அலைகள்	1948
3.	குருவிப் போர்	1954
4.	பெண்மை வாழ்க	1954
5.	குழந்தை	1954
6.	கல்வி	1956
7.	மொழிப் பற்று	1956
8.	நாட்டுப் பற்று	1956
9.	உலகப் பேரேடு	1957
10.	மண்ணின் மதிப்பு	1959
11.	நல்வாழ்வு	1973

இலக்கிய வரலாறு - 1

1.	தமிழ் இலக்கிய வரலாறு	1972

நாவல் - 13

1.	செந்தாமரை	1946

எண்	பெயர்	முதற்பதிப்பு வெளியான ஆண்டு
2.	கள்ளோ? காவியமோ?	1947
3.	பாவை	1948
4.	அந்த நாள்	1949
5.	மலர்விழி	1950
6.	பெற்ற மனம்	1951
7.	அல்லி	1952
8.	கரித்துண்டு	1953
9.	கயமை	1956
10.	நெஞ்சில் ஒரு முள்	1956
11.	அகல் விளக்கு	1958
12.	மண் குடிசை	1959
13.	வாடா மலர்	1961

சிறுகதை - 2

1.	விடுதலையா?	1948
2.	குறட்டை ஒலி	1952

சிந்தனைக் கதை - 2

1.	கி.பி. 2000	1947
2.	பழியும் பாவமும்	1956

சிறுவர் இலக்கியம் - 4

1.	குழந்தைப் பாட்டுக்கள்	1939
2.	இளைஞர்க்கேற்ற இனிய கதைகள்	
3.	படியாதவர் படும் பாடு	1940
4.	கண்ணுடைய வாழ்வு	1945

நாடகம் - 6

1.	பச்சையப்பர்	1951
2.	மனச்சான்று	1952
3.	இளங்கோ	1952
4.	டாக்டர் அல்லி	1955
5.	மூன்று நாடகங்கள்	1959
6.	காதல் எங்கே?	1959

வாழ்க்கை வரலாறு - 4

1.	அறிஞர் பெர்னாட்ஷா	1948
2.	காந்தியண்ணல்	1948
3.	கவிஞர் தாகூர்	1949
4.	திரு.வி.க.	1961

சிறுவர் இலக்கணம் - 3

1.	கழகத் தமிழ் இலக்கணம் (1)	1939

எண்	பெயர்	முதற்பதிப்பு வெளியான ஆண்டு
2.	கழகத் தமிழ் இலக்கணம் (2)	1939
3.	கழகத் தமிழ் இலக்கணம் (3)	

மொழிபெயர்ப்பு நூல் - 2

1.	சிறுவர்க்கான ஷேக்ஸ்பியர் கதைகள் (1)	1939
2.	சிறுவர்க்கான ஷேக்ஸ்பியர் கதைகள் (2)	1940

ஆங்கில நூல்

1.	The Treatment of Nature in Sangam Literature	1957
	(பழந்தமிழ் இலக்கியத்தில் இயற்கை)	1964\
2.	Ilanko Adikal (இளங்கோவடிகள்)	1967

பரிசும் பாராட்டும் பெற்ற நூல்கள்

1. அகல் விளக்கு - இந்திய குடியரசுத் தலைவரின் பாராட் டுடன் சாகித்திய அகாதெமியின் பரிசினைப் பெற்றது.

தமிழக அரசின் பரிசுகளைப் பெற்றன

1. கள்ளோ காவியமோ?
2. அரசியல் அலைகள்
3. மொழியியற் கட்டுரைகள்

இவை ஆறும் தமிழ் வளர்ச்சிக் கழகத்தின் பாராட்டுப் பத்திரங்களைப் பெற்றன

1. திருவள்ளுவர் அல்லது வாழ்க்கை விளக்கம்
2. மொழி நூல்
3. கள்ளோ காவியமோ?
4. விடுதலையா?
5. அரசியல் அலைகள்
6. ஓவச் செய்தி

(இ) துணைநூற் பட்டியல்

இராமலிங்கம், மா	இருபதாம் நூற்றாண்டுத் தமிழ் இலக்கியம், தமிழ்ப் புத்தகாலயம், சென்னை, 1973.
......	நாவல் இலக்கியம், 1972.
......	புதிய உரைநடை, தமிழ்ப் புத்தகாலயம், சென்வைன, 1978.
குருசாமி ம.ரா.போ.,	மு.வ. முப்பால், நரேந்திர சிவம் பதிப்பகம், கோயம்புத்தூர், 1977.
கைலாசபதி, க.,	தமிழ் நாவல் இலக்கியம், நியூ செஞ்சுரி புக் ஹவுஸ், சென்னை, 1977.

சஞ்சீவி ந. — **தமிழாய்வு**, பேராசிரியர் டாக்டர் மு. வரதராசனார் நினைவு மலர், திட்பமும் நுட்பமும், சென்னைப் பல்கலைக் கழகம், சென்னை, 1974.

சிவத்தம்பி கா. — **நாவலும் வாழ்க்கையும்**, தமிழ்ப் புத்த காலயம், சென்னை, 1978.

சொக்கலிங்கம் க.ந., — **என் பேராசிரியர் பெருந்தகை மு.வ.**, நியூ செஞ்சுரி புக் ஹவுஸ், சென்னை, 1989.

சௌரிராசன் பொன்., — **அம்மையே! அப்பா! (டாக்டர் மு.வ. பற்றிய நினைவுகள்)**, தேனக வெளி யீடு, பிரகாசம் நகர், எஸ்.வி.யு. கேம்பஸ், திருப்பதி, 1989.

மு.வ. புதினங்களில் தமிழ் - தமிழினம் உலகம், உலகத் தமிழாராய்சி நிறு வனம், 1990.

தண்டாயுதம், இரா. — டாக்டர் மு.வ., தமிழ்ப் புத்தகாலயம், சென்னை, 1975.

...... — **மு.வ.வின் இலக்கியங்கள்**, தமிழ்ப் புத்தகாலயம், சென்னை, 1975.

திருநாவுக்கரசு க.த., — **பேராசிரியர் மு. வரதராசனாரின் படைப்பிலக்கியம்**, பாரி நிலையம், சென்னை, 1984.

பாரதியார், மகாகவி — **கட்டுரைகள்**, அருணா பதிப்பகம், மதுரை, 1962.

பாலசுப்பிரமணியன் சி, — **பெருந்தகை மு.வ.**, சைவ சித்தாந்த நூற்பதிப்புக் கழகம், சென்னை, 1976.

முத்துச் சண்முகம் இரா. மோகன் (*பதி.*) — **டாக்டர் மு.வ.வின் கடிதங்கள்**, சர்வோதய இலக்கியப் பண்ணை, மதுரை, 1977.

முத்துச் சண்முகம் க. வேங்கடராமன் — **மு.வ. நினைவு மலர்**, மதுரைப் பல்கலைக் கழகம், மதுரை, 1976.

மோகன், இரா. — **மு.வ. ஆய்வடங்கள்**, தமிழ்த் துறை, மதுரைப் பல்கலைக் கழகம், மதுரை, 1976.

மோகன் இரா.,	டாக்டர் மு.வ. கலைக் களஞ்சியம், சர்வோதய இலக்கியப் பண்ணை, மதுரை, 1974.
மோகன் இரா.,	யான் கண்ட மு.வ., வெற்றிவேல் பிரிண்டர்ஸ், மதுரை, 1975.
மோகனரங்கன், ஆலந்தூர்	வணக்கத்திற்குரிய வரதராசனார் கதை, வசந்தா பதிப்பகம், சென்னை, 1978.
ரகுநாயகன் கா.அ.	மு.வ.எங்கள் ஆசிரியர், திருமொழி பதிப்பகம், திருப்பத்தூர், 1985.
வீராசாமி தா.வே.,	தமிழ் நாவல் முன்னோட்டம், மெர்க்குரி புத்தகக் கம்பெனி, கோயம்புத்தூர், 1972.
வேங்கடராமன் சு.,	மு.வ. ஆய்வடங்கல், மதுரைப் பல் கலைக் கழகம், மதுரை, 1976.
Varadarajan Dr M.,	**The History of Tamil Literature,** Sahitya Akademi, New Delhi, 1972.
Subramanian, S.V. Manavalan, A.A. (Editors)	**Dr. Mu.Va.,** International Institute of Tamil Studies, Madras 20, 1975.

(ஈ) மு.வ. நூல்கள் - கால நிரல்

காலம்	நூற் பெயர்
1939	1. குழந்தைப் பாட்டுக்கள்
	2. இளைஞர்க்கான கதைகள்
	3. கழகத் தமிழ் இலக்கணம் 1
	4. கழகத் தமிழ் இலக்கணம் 2
	5. ஷேக்ஸ்பியர் கதைகள்
1940	1. படியாதவர் படும் பாடு
	2. ஷேக்ஸ்பியர் கதைகள் 2
	3. கழகச் சிறுகதைகள் 1
	4. கழகச் சிறுகதைகள் 2
	5. கழகச் சிறுகதைகள் 3
1941	1. கழகத் தமிழ் இலக்கணம் 3
1945	1. கண்ணுடைய வாழ்வு
1946	1. செந்தாமரை
	2. ஓவச் செய்தி
1947	1. கள்ளோ? காவியமோ?
	2. கி.பி. 2000
	3. தமிழ் நெஞ்சம்

காலம்	நூற் பெயர்
	4. மொழியியல்
	5. மொழி நூல்
1948	1. பாவை
	2. விடுதலையா?
	3. அன்னைக்கு
	4. அறிஞர் பெர்னாட்ஷா
	5. காந்தி அண்ணல்
	6. திருவள்ளுவர் அல்லது வாழ்க்கை விளக்கம்
	7. அரசியல் அலைகள்
	8. மணல் வீடு
	9. அறமும் அரசியலும்
1949	1. அந்த நாள்
	2. கவிஞர் தாகூர்
	3. திருக்குறள் தெளிவுரை
	4. தம்பிக்கு
1950	1. மலர்விழி
	2. மாதவி
	3. கண்ணகி
	4. பெற்ற மனம்
	5. தங்கைக்கு
	6. யான் கண்ட இலங்கை
1951	1. பச்சையப்பர்
1952	2. அல்லி
	2. மனச்சான்று
	3. இளங்கோ (நாடகம்)
	4. முல்லைத் திணை
	5. மொழியின் கதை
	6. எழுத்தின் கதை
	7. சொல்லின் கதை
1953	1. கரித்துண்டு
	2. இலக்கிய ஆராய்ச்சி
	3. நற்றிணை விருந்து
	4. குறட்டை ஒலி
	5. குறுந்தொகை விருந்து
1954	1. நண்பர்க்கு
	2. நெடுந்தொகை விருந்து
	3. நெடுந்தொகைச் செல்வம்

காலம்	நூற் பெயர்
	4. மொழி வரலாறு
	5. மொழியியற் கட்டுரைகள்
	6. குழந்தை
1955	1. குறுந்தொகைச் செல்வம்
	2. டாக்டர் அல்லி
	3. கொங்குதேர் வாழ்க்கை
1956	1. கயமை
	2. நெஞ்சில் ஒரு முள்
	3. நடை வண்டி
	4. நாட்டுப் பற்று
	5. மொழிப் பற்று
	6. கல்வி
	7. பழியும் பாவமும்
1957	1. The Treatment of Nature in Sangam Literature *(Ph.D. Thesis)*
1958	1. அகல் விளக்கு
	2. நற்றிணைச் செல்வம்
	3. குருவிப் போர்
1959	1. மூன்று நாடகங்கள்
	2. இலக்கியத் திறன்
	3. புலவர் கண்ணீர்
	4. உலகப் பேரேடு
	5. பெண்மை வாழ்க
1960	1. வாடா மலர்
	2. இலக்கிய மரபு
	3. இளங்கோ அடிகள்
1961	1. மண் குடிசை
1962	1. திரு.வி.க.
	2. இலக்கியக் காட்சிகள்
	3. மண்ணின் மதிப்பு
1964	பழந்தமிழ் இலக்கியத்தில் இயற்கை (*மொ.பெ*).
1968	குறள் காட்டும் காதலர்
1970	அரசியல் தொண்டு
1971	உலகம் உய்ய
1972	தமிழ் இலக்கிய வரலாறு
1973	நல்வாழ்வு

நிறைந்தது